Vietnamese

phrasebooks

Vietnamese phrase book

4th edition - March 2006

Published by
Lonely Planet Publication Pty Ltd ABN 36 005 607 983
90 Maribyrnong St, Footscray, Victoria 3011, Australia

Lonely Planet Offices
Australia Locked Bag 1, Footscray, Victoria 3011
USA 150 Linden St, Oakland CA 94607
UK 72-82 Rosebery Ave, London, EC1R 4RW

Cover illustration
Ôm around the lake by Lara Cameron

ISBN 1 74059 2417

text © Lonely Planet Publications Pty Ltd 2006
cover illustration © Lonely Planet Publications Pty Ltd 2006

10 9 8 7 6 5 4 3 2

Printed through the Bookmaker International Ltd
Printed in China

acknowledgments

Editor Branislava Vladisavljevic would like to acknowledge the following people for their contributions to this phrasebook:

Ben Handicott for transliterations, translations, cultural information and proofing the manuscript. Ben lived in Vietnam for three years and now works as a commissioning editor for Lonely Planet.

Ben would like to thank Benjamin Reichman for his translations and advice; Ralph Schwer and Nga Ngọc Schwer for their assistance with the dictionary and comments on the manuscript; and Ralph again for his thoughts on the transliteration system. Thanks also to a dedicated bunch who've tested the transliterations in Footscray *phở* haunts and *bánh mì* bakeries (as if the food wasn't thanks enough).

Yukiyoshi Kamimura for the internal illustrations and Lara Cameron for the cover illustration.

Mark Germanchis, David Burnett and Nick Stebbing for technical assistance and software support.

Lonely Planet Language Products

Publishing Manager: Chris Rennie
Commissioning Editor:
   karin Vidstrup Monk
Editor: Branislava Vladisavljevic
Assisting Editors: Jodie Martire,
   Francesca Coles & Vanessa Battersby
Layout Designer: Jim Hsu

Cartographer: Wayne Murphy
Managing Editor & Project Manager:
   Annelies Mertens
Managing Layout Designer: Celia Wood
Layout Manager: Adriana Mammarelia
Series Designer: Yukiyoshi Kamimura
Production Manager: Jo Vraca

make the most of this phrase book ...

Anyone can speak another language! It's all about confidence. Don't worry if you can't remember your school language lessons or if you learn the very basics (on the inside covers of this book), your travel experience will be the better for it. You have nothing to lose and everything to gain when the locals hear you making an effort

finding things in this book

For easy navigation, this book is in sections. The Tools chapters are the ones you'll thumb through time and again. The Practical section covers basic travel situations like catching transport and finding a bed. The Social section gives you conversational phrases, pick-up lines, the ability to express opinions - so you can get to know people. Food has a section all of its own: gourmets and vegetarians are covered and local dishes feature. Safe Travel equips you with health and police phrases, just in case. Remember the colours of each section and you'll find everything easily; or use the comprehensive Index. Otherwise, check the two-way traveller's Dictionary for the word you need.

being understood

Throughout this book you'll see coloured phrase on each page. They're phonetic guides to help you pronounce the language. Start with them to get a feel for how Vietnamese sounds. The pronunciation chapter in Tools will explain more, but you can be confident that if you read the coloured phrase, you'll be understood. As you become familiar with the spoken language, move on to using the actual Vietnamese text which will help you perfect your pronunciation.

communication tips

Body language, ways of doing things, sense of humour - all have a role to play in every culture. 'Local talk' boxes show you common ways of saying things, or everyday language to drop into conversation. 'Listen for...' boxes supply the phrases you my hear. They start with the language (so local people can point out what they want to say to you) and then lead in to the pronunciation guide and the English translation.

CONTENTS

vietnamese

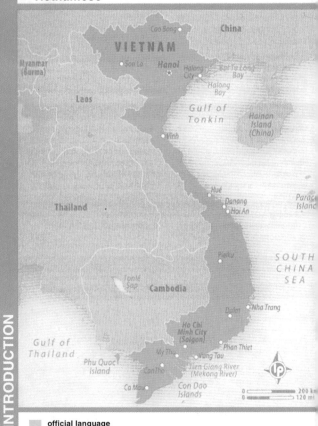

official language

For more details, see the **introductoin.**

INTRODUCTION

The distant ancestor of today's Vietnamese was born in the Red River Delta region, now in northern Vietnam. Initially, it was strongly influenced by Indic and Malayo-Polynesian languages, but this all changed when the Chinese took control of the coastal nation in the 2nd century BC.

Over a millennium, nearly 30 dynasties of Chinese rulers held sway in Vietnam. This period saw Chinese used as the language of literature, acdemia, science, politics and the Vietnamese aristocracy. The common people, however, still spoke the vernacular language, which was written in chữ nôm jühr nawm. This scrip consisted of Chinese characters adapted to express Vietnamese sounds, and it was used until the early 20th century. Over two thirds of Vietnamese words are derived from Chinese sources - this vocabulary is termed Hán Việt haán vee.uht (Sino-Vietnamese).

Following a century of fighting for independence, the Vietnamese gained control of their own land in AD 939. Vietnamese, written in chữ nôm, gained prestige as the nation rebuilt itself. This wa the richest time for Vietnamese literature - great works such as the poetry of Ho Xuan Huong and the epic poem Truyện Kiều chwee.uhn gee.oò (The Tale of Kieu') by Nguyen Du were composed.

The first European missionaries appeared in Vietnam in the 16th century. The French gradually asserted themselves over the

at a glance...

Language :
Vietnamese
name in language
tiếng việt
dee-úhng vee-uht
language family:
Mon - Khmer
approximate number of speakers:
about 85 milion worldwide
close relative:
Muong
(hill tribe language)

introduction

Portuguese as the region's dominant European power, adding Vietnam to Indochina in 1859 when they took control of Saigon. French vocabulaty began to be used in Vietnamese, and in 1910 the Latin-based quốc ngữ gwáwk ngũhr script was declared the language's official written form, facilitating French rule even further. This 29-letter phonetic alphabet had been invented in the 17th century by Alexandre de Rhodes, a French Jesuit missionary. Today virtually all writing is in quốc ngữ.

Despite the many conflicts which Vietnam has faced since the middle of last century, little has changed in the Vietnamese language. Some modifications, however, were made to quốc ngữ during the '50s and '60s - this made the script representative of a ' Middle Vietnamese' dialect which combines the initial consonants of the south with the vowels and final consonants of the north.

Today, Vietnamese is the official language of the Socialist Republic of Vietnamese. It's spoken by about 85 million people worldwide, both in Vietnam and among migrant communities in Australia, Europe, North America and Japan.

This book gives you the practical phrase you need to get by in Vietnamese, as well as all the fun, apontaneous phrases that can lead to a better understanding of Vietnam and its people. Once you've got the hang of how to pronounce Vietnamese words, the rest is just a matter of confidence. Local knowledge, new relationships and a sense of satisfaction are on the tip of your tongue. So don't just stand there, say something!

abbreviations used in this book

a	adjective	Ⓝ	north
adv	adverb	pl	plural
f	feminine	pol	polite
inf	informal	prep	preposition
m	masculine	Ⓢ	south
n	noun	v	verb

vowel sounds

symbol	english equivalent	vietnamese example	transliteration
a	at	*me*	ma
aa	father	*ba*	baa
ai	aisle	*ai*	ai
ay	play	*bay*	bay
aw	law	*số*	sáw
e	bet	*ghê*	ge
ee	feet	*đi*	đee
er	her	*phở*	fẻr
i	fit	*thích*	tík
o	lot	*lo*	lo
oh	doh!	*phau*	foh
oo	through	*đủ*	đoỏ
oy	boy	*tôi*	doy
ow	cow	*sao*	sow
u	book	*lúc*	lúp
uh	but	*gặp*	guhp
uhr	fur (without the 'r')	*từ*	dùhr

Most Vietnamese vowel sound exist in English, so you shouldn't have too much trouble pronouncing them. Once you've got the hang of the tones and the few challenging vowel sounds you'll be well on your way.

Vowel sounds can also have various combinations within a word (as shown in the table below). In such cases, each vowel is pronounced separately. In our pronunciation guides we've used dots (eg dee.úhng) to separate the different vowel sounds, but simplified three-vowel instances to two - that's not to say that there aren't three vowels in action, but when you get to the point of recognising the distinctions, you'll be using the Vietnamese script anyway.

symbol	vietnames example	transliteration
ay.oo	meo	may.oo
ee.e	miếng	mee.úhng
ee.oo	phiều	fee.òo
ee.uh	mía	mee.úh
o.ee	mọi	mo.ẹe
oo.ee	mùi	moo.èe
oo.uh	muốn	moo.úhn
uhr.ee	mười	muhr.èe
uhr.er	được	đuhr.ẹrk
uhr.oo	mưu	muhr.oo
uhr.uh	mưa	muhr.uh

The accent marks above or below vowels in written Vietnamese(eg á, è, ụ)refer to the tones (see next page).

tones

If you listen to someone speaking Vietnamese you'll notice that some vowels are pronounced with a high or low pitch while others swoop or glide in an almost musical manner. This is because Vietnamese uses a system of tones to make distinctions between words.

There are six tones used in Vietnamese: mid, low falling, low rising, high broken, high rising and low broken. The accent marks above or below the vowel in written Vietnamese (and also in our pronunciation guides) remind you which one to use. Note that the mid tone is flat. In the south, the low rising and the high broken tones are both pronounced as the low rising tone.

mid level	low falling	low rising	high broken	high rising	low broken

middle of the vocal range	begins low & falls lower	begins low, dips noticeably & then rises to a higher pitch	begins above mid level, dips slightly & then rises sharply	begins high & rises sharply	begins low, falls to a lower level & then stops

consonant sounds

Vietnamese consonant sounds are generally a breeze for English speakers to pronounce. The challenge for some people is the ng at the start of a word. English has this sound (eg 'sing'), but only in the middle or at the end of a word.

symbol	english equivalen	vietnamese example	transliteration
b	**bed**	*ba*	ba
ch	**chll**	*trà*	chà
d	**stop**	*tin*	din
d	**dog**	*để*	dáy
f	**fit**	*pha*	faa
g	**gap**	*ga, ghen tị*	gaa, gen dẹe
ğ	**skill**	*cá, kem*	ğá, ğem
h	**hat**	*hát*	hát
j	**jam**	*chó*	jó
k	**kit**	*khách*	kaák
l	**let**	*lý*	lée
m	**mat**	*trung, me*	chum, ma
n	**not**	*nóng*	nóm
ng	**sing**	*ngon, anh*	ngon, ang
ny	**canyon**	*nhà*	nyà
p	**top**	*súp,tóc*	súp, dóp
s	**sad**	*sữa, xin*	sữhr.a, sin
t	**top**	*thích*	tík
v	**vase**	*vịt*	vịt
w	**water**	*quá*	ğwá
z	**zoo**	*giấy, do*	záy, zo

TOOLS

regional differences

There are three main varieties of spoken Vietnamese - northern (around Hanoi), southern (around HCMC) and central (Hue). In this book we've used Hanoi pronunciation, but also provided Saigon pronunciation and vocabulary for commonuse variations. We've marked the two options when they occur as Ⓝand Ⓢ. The Vietnamese spoken around Hue is considered even by Vietnamese to be quite unique. In fact, as a first-time speaker of Vietnamese, you might find that people in the north and south ask you if your strange pronunciation comes from having learnt Vietnamese in the centre of the country!

There are a few very obvious pronunciation differences between northern and southern consonants. The table below explains these. Vowels also differ, though this tends to be more subtle. See tones on page 13 for information on regional variations relating to tone.

consonant	southern dialect	northern dialect
d	y as in 'yes'	z
gi	y as in 'yes'	z
nh	n as in 'not'	ng
r	r as in 'rat'	z

Word stress

Vietnamese words are considered to have one syllable, so stress is not a major issue when speaking. Tones can make words sound stressed though - work on your tones and it'll all fall into place.

pronunciation

The Vietnamese spoken south of HCMC is noted for its fluid sound, perhaps an impact of the Mekong Delta which fans out throught the area. Here are a couple of consonats that change from standard southern pronunciation:

s (at the start of a word) becomes s sh as in 'show'
v (at the start of a word) becomes v y as in 'yes'

reading & writing

Vietnamese has a 29-letter phonetic alphabet known as quốc ngữ gwáwk ngũhr. It includes all the letters of the English alphabet, except 'f', 'j', 'w' and 'z', plus a few diacritic-laden letters of its own. For spelling purposes, the pronunciation of each letter is provided below. The order shown has been used in the culinary reader and the vietnamese-english dictionary. We've also used the following order when the same letter has different tone marks - a, á, à, ả, ã, ạ. In some dictionaries, you may find *ch, gh, kh, ng, nh, ph, th* and *tr* listed as separate letters.

alphabet

Aa	Ăă	Ââ	Bb	C c
aa	uh	uh	be	se
Dd	Đđ	Ee	Ê ê	G g
ze	đe	a	e	zhe
Hh	Ii	Kk	L l	M m
haat	ee	ğaa	e·luh	e·muh
Nn	Oo	Ôô	Ơ ơ	P p
e.nuh	o	aw	er	be
Qq	Rr	Ss	T t	U u
koo	e·ruh	e.suh	de	u
Ưư	Vv	Xx	Y y	
uhr	ve	ek.suh	ee·gret	

contents

The index below shows which grammatical structures you can use to say what you want. Look under each function - listed in alphabetical order - for information on how to build your own sentences. For example, to tell the taxi driver where your hotel is, look for **giving instructions** and you'll be directed to information on **demonstratives, prepositions** etc. A **glossary** of grammatical terms is included at the to help you.

adjectives & adverbs

Adjectives can also be used as adverbs. Adjectives and adverbs come after the noun or verb they describe.

This is a very fast car.

Xe này nhanh lắm.   sa này nyaang lúhm
(lit: vehile this fast very)

We want to go quickly.

Chúng tôi muốn đi nhanh.   júm doy moo.úhn đee nyaang
(lit: we want go fast)

See also **word order.**

be

The verb *là* laà (be), which never changes form, comes after the subject, just as 'be' does in English. To make a 'be' statement negative, place không phải kawn faỉ (lit; no true) before là:

I'm a student.

Tôi là sinh viên   doy laà sing vee.uhn
(lit: I be student)

He isn't a teacher.

Ông ấy không phải   awn áy kawm faỉ
là giáo viên   laà zow vee.uhn
(lit: he no true be teacher)

In a sentence with 'be' + adjective, là is omitted. If the adjective is a 'negative' one - like bệnh bẹng (sick) - use the word *bị* beẹ (bad-be) instead of là.

I'm thirsty.	*Tôi khát nước*	doy kaát nuhr·érk
	(lit: thirsty)	
I'm sick	*Tôi bị bệnh.*	doy beẹ bẹng
	(lit: I bad-be sick)	

The verb là isn't used to indicate location (as in 'I am here') - instead, use the preposition ở ẻr (at)

I'm in Vietnam.   Tôi ở Việt Nam.   doy ẻr vee.ụht naam
                         (lit: I at Vietnam)

See also **negatives**, **prepositions** and **verbs.**

classifiers

counting people/things

When countring, Vietnamese speakers use classifiers or 'counters' between the numbers and the nouns. In English we do this with words like 'bread' - we say 'three loaves of bread' instead of 'three breads'. The word 'loaves' not only classifies pants but also items such as shoes, sunglasses, socks and so on. In Vietnamese, you need to use a classifier whenever you count objects in a given category. The most common classifiers are listed below - cái ğai, in particular, can be used with any noun. Other useful classifiers are listed on the next page.

common classifiers		
animals	con	ğon
inanimate objects	cái	ğaí
people	người	nguhr.eè

two tickets	hai cái vé	hai ğaí vá
three dogs	ba con chó	baa ğon jó
four Australians	bốn người Úc	báwn nguhr.eè úp

Note that, like, in English, some nouns can be used without classifiers:

two beers	hai bia	hai bee.uh
two bottles of beer	hai chai bia	hai jai bee.uh

See also **demonstratives** and **plurals**.

other classifiers

book-like objects	*quyển*	ğweé.uhn
bottles	*chai*	jai
buildings	*căn*	ğàn
couples or pairs	*đôi*	đoy
flat objects or sheets	*tờ*	dèr
flowers	*bông*	bawm
individual items	*chiếc*	jee.úhk
photos or flat art	*bức*	búhrk
plants or trees	*cây*	ğay
round objects	*quả*	quá
sets of items	*bộ*	baw
vehicles	*xe*	sa

demonstratives

giving instructions . indicating location.
naming people/things . pointing things out

Demonstratives (in the table below) are used with classifiers and come after the classifier and the noun they describe. For plurals, just add the plural marker *những* nyữhrng before the classifier (note that *cái* ğái can be replaced by any other classifier).

demonstratives					
this	(cái) này	(ğaí) này	**these**	*những (cái) này*	nyữhrng (ğaí) đó
that	(cái) đó	(ğaí) đó	**those**	*những (cái) kia*	nyữhrng (ğaí) này

this painting   *bức tranh này*   búhrk chaang này
              (lit: classifier-flat-art painting this)
these mangos   *những trái xoài này*   nyũhrng chaí swaì này
              (lit: plural classifier-fruit mango this)

If it's clearly understood which item you're talking about (eg if you're pointing at something in a shop or a restaurant), you can drop the noun and keep the classifier and the demonstrative.

I'd like this (snake).

Tôi muốn con (rán) này.   doy moo.úhn ğon (zaán) này
(lit: I want classifier-animal (snake) this)

See also **classifiers** and **plurals.**

have

To say you possess something in Vietnamese, use the word *có* ğó (have), which never changes form. For a negative statement, just add the word *không* kawn (no) before *có*.

I have a visa   *Tôi có visa.*   doy ğó vee.saa
              (lit: I have visa)
I don't have a visa.   *Tôi không có visa.*   doy kawn ğó vee.saa
              (lit: I no have visa)

negatives

For negative statements, add the word *không* kawn (no) before the verb.

We're going by plane.
Chúng tôi đi bằng máy bay.   jùm doy đee bùhng máy bay
(lit: we go by plane)

We're not going by plane.

Chúng tôi không đi bằng máy bay   júm doy đee bùhng
(lit: we no go by plane)   máy bay.

See also **be, have** and there **is/are**.

personal pronouns

making statements. naming people/things

Using personal pronouns correctly is the most difficult part of Vietnamese grammar, as they vary depending on the age, gender and social position of both speaker and the listener, plus the level of intimacy between them or how closely they're related. On the positive side, pronouns don't change form in the subject or object position - eg 'I' and 'me' are both translated as *tôi* doy.

The forms appropriate for the context have been used in all phrases in this book. The table below gives the general pronouns which will be suited to most situations you're likely to encounter. For a more comprehensive list, see the box title case on page 99. For more on pronouns used in informal situations, see the box who do you love, page 121

personal pronouns		
I/me	*tôi*	doy
you sg	*bạn*	baạn
he/him	*ông ấy*	awm áy
she/her	*cô ấy*	ğaw áy
it	*cái đó*	ğai đó
we/us excl/incl	*chúng tôi/ta*	júm doy/daa
you pl	*các bạn*	kaák baạn
they/them	*họ*	họ

Note that the pronoun 'we' jas two forms in Vietnamese - the exclusive form (exct) is used to exclude the person spoken to, whike the inclusive form (incl) is used to include the person spoken to.

plurals

Vietnamese nouns don't change form for plural. Instead, you can use the plural marker *những* nyũhrng before the noun. If you're counting with numbers, you need to use a classifier instead of the plural marker. See also classifier and demonstratives.

bicycle	*xe đạp*	sa đaap
	(lit: bicycle)	
bicycles	*những xe đạp*	nyũhrng sa đaap
	(lit: plural-marker bicycle)	

possessives

To express possession in Vietnamese, use a personal pronoun (eg 'I', 'she') from the table on the previous page followed by the word *của* ğoỏ.uh (of). See also **have.**

my passport	*hộ chiếu của tôi*	haw jee·oó ğoỏ.uh doy
	(lit: passport of I)	

prepositions

Prepositions are used to show the relationship between words in a sentence, just like in English. They come before the words they refer to. Some useful ones are listed on the next page.

TOOLS

I'm in Vietnam. *Tôi ở Việt Nam.* doy èr vee.uht naam
(lit: I at Vietnam)

prepositions

at/in/on (place)	*ở*	èr	from (time)	*từ*	dùhr
at/on (time)	*lúc*	lúp	to (place)	*đến*	đèn
for (purpose)	*để*	đè	until	*đến*	đèn
for/in (time)	*trong*	chom	with	*với*	ver.eé

questions

asking questions

There are several ways to form a question in Vietnamese. These structures all use the general subject-verb-object word order. In each case, you answer 'yes' by repeating the key word and 'no' by saying *không* kawn (no) plus that key word.

question type	structure	answer (yes)	answer (no)
yes/no question	... verb *không?* ... kawn (lit: verb no)	verb	*không + verb* kawn ...
yes/no question (asking for confirmation)	... *phải không?* faỉ kawm (lit: right no)	*Phải.* faỉ	*Không phải* kawm faỉ
'can' question	... *được không?* đuhr.ẹrk kawm (lit: can no)	*Được.* đuh.ẹrk	*Không được.* kawm đuhr.ẹrk

Do you have an English-Vietnamese dictionary?

Bạn có tự điển
Anh-Việt không?
baạn ğó dụh đeẻ.uhn
aang vee.ụht kawm
(lit: you have dictionary English-Vietnamese no)

Yes./No.

Có./Không có.
ğó/kawm ğó
(lit: have/no have)

You're a student, right?

Bạn là sinh viên,
phải không?
baạn laà sing vee.uhn
fai kawm
(lit: you be student right no)

Yes./No.

Phải./Không phải.
fai/kawm fai
(lit: right/no right)

Can you help me?

Bạn có thể giúp
tôi được không?
baạn tẻy zúp
doy đuhr.ẹrk kawm
(lit: you help me can no)

Yes./No.

Được./Không được.
đuhr.ẹrk/kawm đuhr.ẹrk
(lit: can/no can)

The questions words below can be used on their own, or come at the start or end of a sentence (as shown on the next page).

question words		
How?	... như thế nào?	... nyuhr tẻy nòw
How many/much?	... bao nhiêu?	... bow nyoo
What?	... cái gì?	...ğaí zeè
When?	Khi nào ...?	kee nòw ...
Where?	... ở đâu?	... ẻr đow
Which?	... cái nào?	... ğaí nòw
Who?	Ai ...?	ai ...
Why?	... tại sao?	... tại sow

How do you pronounce this?
Phát âm từ này — faát aăm dùhr này
như thế nào? — nyuhr tày nòw

How much is a kilo of rice?
Một cân gạo là — mạwt ğuhn gow laà
bao nhiêu? — bow nyee.oo

What's that?
Đó là cái gì? — đó laà ğaí zeè

When does it get dark?
Khi nào thì trời tối? — kee nòw teè cher.eè đóy

Where can I buy a ticket?
Tôi có thể mua vé ở đâu? — doy ğó tẻ moo.uh vá ẻr đoh

Which village is this?
Làng này là cái nào? — laàng này laà ğaí nòw

Who made it?
Ai đã xây nó? — ai đaã say nó

Why are you studying Vietnamese?
Tại sao bạn học — dai sow baạn họp
tiếng Việt? — dee.úhng vee.uht

requests

giving instructions . making requests

To make a direct request, use the dictionary form of a verb:

Wait here.   *Đợi ở đây.*   đer.eẹ ẻr day
                  (lit: wait at here)

To make a polite request, place the word *xin* sin before the verb.

Please wait here   *Xin đợi ở đây.*   đer.eẹ ẻr day
                  (lit: request wait at here)

See also **verbs**.

a-z phrasebuilder

there is/are

Use *có* ǧó (have) for 'there is/are' and *không có* kawm ǧó (lit: no have) for 'there isn't/aren't'.

There's a phone here.
> *Ở đây có máy điện thoại.*   èr đay ǧó máy đee.ụhn twại
> (lit: at here have clasifier-machine telephone)

There's no phone here.
> *Ở đây không có máy*   èr đay kawm ǧó máy
> *điện thoại.*   đee.ụhn twại
> (lit: at here no have clasifier-machine telephone)

If you's pointing at something to indicate where it is, use *đây là* đay laà for 'here is/are' and *đó là* for 'there is/are'.

Here's my ticket.
> *Đây là vé của tôi.*   đay laà vá ǧoỏ.uh doy
> (lit: here be ticket of I)

There are my bags.
> *Đó là hành lý của tôi.*   đó laà haàng leé ǧoỏ.uh doy
> (lit: there be luggage of I)

See also **have** and **demonstratives**.

verbs

Vietnamese verbs never change form - they remain the same regardless of gender, person or tense. Some tense markers (eg *đã* đaã for the past tense, *đang* đaang for the present and *sẽ* sã for future actions), which always precede the main verb, can help indicate when the action is happening. Including words which specify time (eg *ngày mai* ngày mai 'tomorow' or *hôm qua* hawm ǧwaa 'yesterday') is also a very common and acceptable way to indicate tense.

Have you bought any souvenirs?
Bạn có mua   bạan ǧó moo.uh ǧeẻ
kỷ niệm chưa?   nee.ụhm juhr.uh
(lit: you past buy souvenir yet)
She's buying souvenirs.
Bà ấy đang mua   baà áy đaang moo.uh
kỷ niệm.   ǧeẻ nee.ụhm
(lit: she in-the-process-of buy souvenir)
He's going to buy souvenirs.
Ông ấy sẽ mua kỷ niệm.   awm áy sã moo.uh ǧeẻ nee.ụhm
(lit: he will buy souvenir)

past actions		
đã	đaã	past tense
có.	ǧó	past tense (to ask/anwer a question)
rồi	zòy	'already'

present actions		
đang	đaang	'in the process of'
còn	ǧòn	'still'

future actions		
sẽ	sã	'will' or 'shall'
sắp	súhp	'going to' or 'about to'

Vietnamese also uses words similar to English modal verbs (eg 'can' and 'should') before the main verb to modify its meaning:

modal verbs					
can	*có thể*	ǧó tẩy	should	*nên*	nen
must	*phải*	faĩ	want	*muốn*	moo.úhn
need	*cần*	ǧùhn			

He wants to buy souvenirs.
   Ông ấy muốn mua   awn áy moo.úhn moo.uh
   kỷ niệm.   ğeẻ nee.uhm
   (lit: he want buy souvenir)

word order

asking questions . making statements

As in English, Vietnamese worde order is generally subject-verb-object.

I bought a ticket.
   Tôi đã mua vé.   doy đaã moo.uh vá
   (lit: I past-tense buy ticket)

Also remember the following **rules:**

word order	
adjective & adverbs	after the noun or verb they modify
classifiers	between the number and the noun
demonstratives	after the noun they describe
prepositions	before nouns they refer to
question words	at the start or the end of a sentence
tense markers & modals	before the main verb

glossary

adjective	word that describes something - 'I'd like to try some **rice** wine'
adverb	word that explains how an action is done - 'The cyclo was going **slowly**'
classifier	counting word - eg 'Please bring me a **pair** of chopsticks'
demonstrative	word that means 'this' or 'that'
gender	classification of nouns and pronouns into classes (like masculine and feminine), requiring other words (eg adjectives and verb forms) to belong to the same class
modal verb	verb used before the main verb to modify its meaning - 'I **can** speak Vietnamese'
noun	thing, person or idea - 'When's the **pagoda** open?'
object (direct)	person or thing in the sentence that has the action directed to it - 'He's reading the **menu**'
object (indirect)	person or thing in the sentence that is the recipient of the action - 'I gave **him** the ticket'
plural marker	word used before the noun to indicate plural
preposition	word like 'at' or 'before' in English
pronoun	word that means 'I', 'you', etc
subject	thing or person in the sentence that does the action - 'Both **men and women** wear conical hats'

a-z phrasebuilder

tense	Form of a verb that indicates whether the Action is in the present, past or future - eg 'eat' (present), 'ate' (past), 'will eat' (future)
tense marker	word used to indicate when the action is happening - eg 'yet' or 'still'
verb	word that tells you what action happened - 'The country was divided between the north and the south'

Do you speak (English)?
Bạn có nói tiếng (Anh) không?
baạn ǵó nóy dee.úhng (aang) kawm

Does anyone speak (English)?
Có ai nói tiếng (Anh) không?
ǵó ai nóy dee.úhng (aang) kawm

Do you understand?
Bạn hiểu không?
baạn heẻ.oo kawm

I (don't) understand.
Tôi (không) hiểu.
doy (kawm) heẻ.oo

I speak (English).
Tôi nói tiếng (Anh) được.
doy nóy dee.úhng (aang)

I don't speak (Vietnamese).
Tôi không biết nói tiếng (Việt).
doy kawm bee.úht nóy dee.úhng (vee.ụht)

Pardon?
Xin lỗi?
sin lõy

tone troubles

As there are six tones in spoken Vietnamese, every syllable can be pronounced in six different ways. Not only that, but different tone can completely change a word's meaning. Here are just a few examples:

ma	maa	ghost	la	laa	to cry
má	maá	cheek	lá	laá	to be
mà	maà	but	là	laà	leaf
mạ	maạ	rice seedling	lạ	laạ	very tired
mả	mmả	tomb	lả	laả	pure
mã	mmã	horse	lã	laã	strange

see also **tones,** page 13

33

I speak a little.

   Tôi nói một ít thôi.   doy nóy mạwt ít toy

I'm studying Vietnamese.

   Tôi đang học tiếng Việt.   doy đaang họp dee.úhng vee.ụht

I'd like to practise Vietnamese.

   Tôi muốn tập nói   doy moo.úhn dụhp nóy

   tiếng việt   dee.úhng vee.ụht

What does (thôi) mean?

   Thôi có nghĩa gì?   (toy) ğó ngyeẽ.uh zeè

How do you .. ?	*... như thế nào?*	... nyuhr té nòw
pronounce this	*Phát âm từ này*	faát aảm dùhr này
write(Hanoi)	*Viết từ*	vee.úht dùhr
	Hà Nội)	(haà nọy)

Could you	*Bạn có thể...*	bạan ğó tẻ ...
please ...?	*được không?*	đuhr.ẹrk kawm
repeat that	*lập lại*	lụhp lại
speak more	*nói chậm hơn*	nóy juhm hern
slowl		

---

how to say 'enough'

The word thôi toy is very useful, and translates roughly as 'and not a bit more'. It usually comes at the end of a phrase to create emphasis:

Tôi nói tiếng (Anh) được thôi!

   doy nóy dee.úhng (aang)   **I speak (English)**

   đuhr.ẹrk toy   **and nothing else!**

It can also mean 'Enough!' when used on its own - if children are annoying their parents, you'll more than likely hear a frustrated *'Thôi!'*. You might use it if the same kids are trying to ingratiate themselves to you with postcards for sale ...

cardinal numbers

số đếm

0	*không*	kaw			
1	*một*	mạwt	6	*sáu*	sóh
2	*hai*	hai	7	*bảy*	bảy
3	*ba*	baa	8	*tám*	daám
4	*bốn*	báwn	9	*chín*	jín
5	*năm*	nuhm	10	*mười*	muhr.eè

11	*mười một*	muhr.eè mạwt
12	*mười hai*	muhr.eè hai
13	*mười ba*	muhr.eè baa
14	*mười bốn*	muhr.eè báwn
15	*mười lăm*	muhr.eè luhm
16	*mười sáu*	muhr.eè sóh
17	*mười bảy*	muhr.eè bảy
18	*mười tám*	muhr.eè daám
19	*mười chín*	muhr.eè jín
20	*hai mươi*	hai muhr.ee
21	*hai mươi mốt*	hai muhr.ee máwt
22	*hai mươi hai*	hai muhr.ee hai
30	*ba mươi*	baa muhr.ee
40	*bốn mươi*	báwn muhr.ee
50	*năm mươi*	nuhm muhr.ee
60	*sáu mươi*	sów muhr.ee
70	*bảy mươi*	bảy muhr.ee
80	*tám mươi*	daám muhr.ee
90	*chín mươi*	jín muhr.ee
100	*một trăm*	mạwt chuhm
200	*hai trăm*	hai chuhm
1000	*nghìn/ngàn* Ⓝ/Ⓢ	ngyìn/ngaàn Ⓝ/Ⓢ
10,000	*mười nghìn/ngàn* Ⓝ/Ⓢ	muhr.eè ngyìn/ngaàn Ⓝ/Ⓢ
1,000,000	*triệu*	chee.oọ
100,000,000	*tỷ*	deẻ

ordinal numbers

1st	*thứ nhất*	túhr nyúht
2nd	*thứ hai*	túhr hai
3rd	*thứ ba*	túhr baa
4th	*thứ tư*	túhr duhr
5th	*thứ năm*	túhr nuhm

fractions

phân số

aquarter	một phần tư	mawt fühn duhr
a third	một phần ba	mawt fühn baa
a half	một nửa	mawt nuhn·aả
three-quarters	ba phần tư	baa fühn duhr

useful amounts

nói về số lượng

How much?	*Bao nhiêu?*	bow nyee·oo
How many?	*Bao nhiêu cái?*	bow nyee·oo kái
Please give me ...		sin jo doy ....
a few		mawt sáw
(just) a little		mawt chút (toy)
a lot/many		nyee·oò
some		mawt vai

classifiers

when counting nouns, Vietnamese uses classifiers - words that come between the number and the noun to describe some property of the noun (such as animacy, gender, shape atc). For more details, see the **phrasebuilder,** page 20.

telling the time

chỉ giờ

There are no direct equivalents of the English 'am' and 'pm' in Vietnamese - specify the time of day by placing the words *sáng* saáng (morning - 4am to 11am), *trưa* chuhr.uh (lit: midday - 11am to 2pm), *chiều* jee.oò (afternoon - 2pm to 5pm) or *tối* dóy (evening - 5pm till late) after the hour. Minutes (*phút* fút) past the hour are simply added after *giờ* zèr ('hour' or 'oclock'), but for minutes before the hour, add *kém* kám (less).

What time is it?
   Mấy giờ rồi?   máy zèr zòy
It's (ten) o'clock.
   (Mười) giờ rồi   (muhr.eè) zèr zòy
Five past (ten).
   (Mười) giờ năm.   (muhr.eè) zèr nuhm
Quarter past (ten).
   (Mười) giờ mười lăm phút.   (muhr.eè) zèr muhr.eè luhm fút
Half past (ten).
   (Mười) giờ rưỡi.   (muhr.eè) zèr zũhr.ee
Quarter to (ten).
   (Mười) giờ kém mười lăm.   (muhr.eè) zèr kám muhr.eè luhm
Twenty to (ten).
   (Mười) giờ kém hai mươi.   (muhr.eè) zèr kám hai muhr.eè
At what time ...?
   Lúc mấy giờ ...?   lúp máy zèr ...
At (ten).
   Lúc (mười) giờ.   lúp (muhr.eè) zèr
At (7.57pm).
   Lúc (tám giờ kém ba tối).   lúp (daám zèr kám baa dóy

the calendar

Lunar Calendar	*âm lịch*	uhm lịk
Lunar New Year	*tết âm lịch*	dét uhm lịk
Western New Year	*tết tay*	dét day

days

Monday	*thứ hai*	tủhr hai
Tuesday	*thứ ba*	tủhr baa
Wednesday	*thứ tư*	tủhr duhr
Thursday	*thứ năm*	tủhr nuhm
Friday	*thứ sáu*	tủhr sóh
Saturday	*thứ bảy*	tủhr bảy
Sunday	*Chủ nhật*	joỏ nyụht

months

January	*tháng một*	taáng mạwt
February	*tháng hai*	taáng hai
March	*tháng ba*	taáng baa
April	*tháng tư*	taáng duhr
May	*tháng năm*	taáng nuhm
June	*tháng sáu*	taáng sóh
July	*tháng bảy*	taáng bảy
August	*tháng tám*	taáng daám
September	*tháng chín*	taáng jín
October	*tháng mười*	taáng muhr.eè
November	*tháng mười một*	taáng muhr.eè mạwt
December	*tháng mười hai*	taáng muhr.eè hai

dates

What date is it today?
   Hôm nay là ngày mấy?   hawm nay laà ngày máy
It's (18 October).
   Hôm nay là (mười tám,   hawm nay laà (muhr.eè daám
   tháng mười).   taáng muhr.eè)

seasons

spring	*mùa xuân*	moo.ùh swuhn
summer	*mùa hè*	moo.ùh hà
autumn	*mùa thu*	moo.ùh too
winter	*mùa đông*	moo.ùh đawm
dry season	*mùa khô*	moo.ùh kaw
wet season	*mùa mưa*	moo.ùh muhr.uh

present

hiện tại

now	*bây giờ*	bay zèr
today	*hôm nay*	hawm nay
tonight	*tối nay*	dóy nay
this...	*... này*	... này
morning	*sáng*	saáng
afternoon	*chiều*	jee.oò
week	*tuần*	dwùhn
month	*tháng*	taáng
year	*năm*	nuhm

past

quá khứ

last night	*buổi tối*	boỏ.ee dóy
	hôm qua	hawm ǧwaa
yesterday	*hôm qua*	hawm ǧwaa
day before yesterday	*hôm kia*	kawm ǧee.uh
(three days) ago	*(ba ngày)*	(baa ngày)
	trước đây	chuhr.érk đay
since (May)	*từ (tháng năm)*	dùhr (taáng nuhm)

yesterday ...	... hôm qua	... hawm ğwaa
morning	sáng	saáng
afternoon	chiều	jee.oò
evening	tối	dóy

last ...	... trước	... chuhr.érk
week	tuần	dwùhn
month	tháng	taáng
year	năm	nuhm

future

tương lai

day after tomorrow	ngày kia	ngày ğee.uh
in (six days)	(sáu ngày) sau	(sóh ngày) soh
until (June)	cho đến (tháng sáu)	jo dén (taáng sóh)

tomorrow ...	... ngày mai	... ngày mai
morning	sáng	saáng
afternoon	chiều	jee.oò
evening	tối	dóy

next ...	... sau	... soh
week	tuần	dwùhn
month	tháng	taáng
year	năm	nuhm

during the day

trong ngày

day	ngày	ngày
midday	buổi trưa	boỏ.ee chuhr.uh
midnight	khuya	kwee.uh
night	đêm	dem
sunrise	mặt trời mọc	muht cher.eè mọp
sunset	mặt trời lặn	muht cher.eè lụhn

How much is it?
Nó bao nhiêu tiền? nó bow nyee·oo dee·ùhn

Can you write down the price?
Bạn có thể viết giá bạan ǵó tảy vee·úht záa
được không? duhr·ẹrk kawm

There's a mistake in the bill.
Có sự nhầm lẫn trên ǵó sụhr nyùhm lũhn chen
hóa đơn. hwaá dern

Do you change money here?
Bạn có dịch vụ đổi bạan ǵó zịk vọo đỏy
tiền ở đây? dee·èn ẻr day

Do I need to pay upfront?
Tôi có cần phải trả doy ǵó gùhn faỉ chaả
trước không? chuhr·érk kawm

Could I have my deposit, please?
Tôi có thể xin lại doy ǵó tẻ sin lại
tiền đặt cọc không? dee·èn dụht ǵop kawm

I'd like to ...	*Tôi muốn ...*	doy moo·úhn ...
cash a cheque	*đổi séc ra*	đỏy sák zaa
	tiền mặt	dee·ùhn mụht
change a	*đổi séc du*	đỏy sák zuu
travellers cheque	*lịch*	lịk
change money	*đổi tiền*	đỏy dee·ùhn
get a cash	*rút tiền tạm*	zút dee·ùhn dạạm
advance	*ứng*	úhrng
withdraw money	*rút tiền*	zút dee·ùhn

Do you accept ...?	Bạn có dùng ... không?	baạn gỏ zùm ... kawm
credit cards	thẻ tín dụng	tả dín zụm
debit cards	thẻ trừ tiền	tả chùhr dee.ùhn
travellers cheques	séc du lịch	sák zoo lịk

I'd like ..., please.	Làm ơn cho tôi ...	laàm ern jo doy...
a receipt	hóa đơn	hwaá đern
a refund	tiền hoàn lại	dee.ùhn hwaàn lại
my change	tiền thừa	dee.ùhn tùhr.uh

Where's ...?	... ở đâu?	... ẻr đoh
an automated teller machine	Máy rút tiền tự động	máy zút dee.ùhn dụhr đạwm
a foreign exchange office	Phòng đổi ngoại tệ	fòm đỏy ngwại dẹ

What's the ...?	... là bao nhiêu?	...laà bow nyee.oo
charge for that	Phí cho cái đó	feé jo ğaí đó
exchange rate	Tỉ giá hối đoái	deẻ zaá haw.eé dwai

How much is it per ...?	Giá bao nhiêu cho một...?	zaá bow nyee.oo jo mạwt ...
night	đêm	đem
personal	người	nguhr.èe
vehicle	xe	sa
week	tuần	dwùhn

It's free.	Miễn phí.	meẻ.uhn feé
It's (10) dollars.	(Mười) đô.	(muhr.eè) đaw
It's (10,000) dong.	(Mười nghìn) đồng.	(muhr.eè ngyin) đàwm

getting around

đường đi

Which ... goes	... nào đi tới	... nòw dee der.eé
to (Hanoi)?	(Hà Nội)?	(haà nọy)
boat	Thuyền	twee.ùhn
bus	Xe buýt	sa bweét
plane	Máy bay	máy bay
train	Xe lửa	sa lủhr.uh

Is this the ...	... này đi tới	... này dee der.eé
to (Hue)?	(Huế) phải không?	(hwé) faỉ kawm
boat	Thuyền	twee.ùhn
bus	Xe buýt	sa bweét
plane	Máy bay	máy bay
train	Xe lửa	sa lủhr.uh

What time does	Máy giờ thì	máy zèr tèe
the ... (bus)	chuyển (xe buýt)	chweẻ.uhn (sa bweét)
arrive/leave?	... tới/chạy?	... der.eé/chạy
first	đầu tiên	dòh dee.uhn
last	cuối cùng	ǧoo.eé ǧùm
next	kế tiếp	ǧé dee.úhp

What time does it get to (Dalat)?

Máy giờ tới (Đà Lạt)?   máy zèr der.eé (daà laạt)

How long will it be delayed?

Nó sẽ bị đình hoãn bao lâu?   nó sã beẹ đing hwaãn bow loh

Is this seat free?

Chỗ này có ai ngồi không?   jãw này ǧó ai ngòy kawm

That's my seat.

Chỗ này là chỗ của tôi.   jãw này laà jãw ǧoỏ.uh doy

Please stop here.

Đừng lại ở đây.   đủhrng laị ẻr đay

How long do we stop here?

Chúng ta ngừng ở   júm daa ngừhrng ẻr
đây bao lâu?   đay bow loh

Please tell me when we get to (Nha Trang).

Xin cho tôi biết khi   sin jo doy bee.úht kee
chúng ta đến (Nha Trang).   júm daa đén (nyaa chaang)

tickets

vé

Where do I buy a ticket?

Tôi có thể mua vé ở đâu?   doy ǧó tẻ moo.uh vá ẻr đoh

Do I need to book?

Tôi có cần giữ chỗ   doy ǧó ǧủhn zũhr jãw
trước không?   chuhr.érk kawm

A ... ticket	Một vé ...	mạwt vá ...
to (Saigon)	đi (Sài Gòn)	đee (sài gòn)
1st-class	hạng nhất	haạng nyúht
2nd-class	hạng nhì	haạng nyeè
child's	giá trẻ em	zaá chẻ am
one-way	một chiều	mạwt jee.oò
return	khứ hồi	kúhr hòy
student's	giá sinh viên	zaá sing wee.uhn

I'd like	Tôi muốn	doy moo.úh
a/an ... seat.	chỗ ...	jãw ...
aisle	chỗ ngồi bên	jãw ngòy ben
	lối đi	lóy đee
nonsmoking	không hút thuốc	kawm hút too.úhk
smoking	hút thuốc	hút too.úhk
window	bên cửa sổ	ben ǧủhr.uh sảw

Is there (a) ...?	Có ... không?	ǧó ... kawm
air conditioning	điều hòa	đee.oò hwaả
blanket	chăn	juhn
sick bag	túi nôn	doo.eé nawn
toilet	phòng vệ sinh	fòm vẹ sing

How much is it?
   Bao nhiêu tiền?   bow nyee.oo dee.ùhn

How long does the trip take?
   Cuộc hành trình này   ğoo.ụhk haàng chìng này
   mất bao lâu?   múht bow loh

Is it a direct route?
   Đây có phải là lộ trình   đay ğó faỉ laà lạw ching
   trực tiếp không?   chụhrk dee.úhp kawm

Can I get a stand-by ticket?
   Tôi có thể mua vé chờ   doy ğó tẻ moo.uh vá jèr
   đi ngay được không?   đee ngay đuhr.ẹrk kawm

Can I get a soft/hard sleeping berth?
   Tôi muốn một giường   doy moo.úh mạwt zuhr.èrng
   cứng/mềm được không?   ğúhrng/mèm đuhr.ẹrk kawm

What time should I check in?
   Mấy giờ tôi phải ghi tên đi?   máy zèr doy faỉ gee den đee

I'd like to ... my	*Tôi muốn ... vé*	doy moo.úhn ... vá
ticket, please.	*này, được không?*	này đuhr.ẹrk kawm
cancel	*hủy bỏ*	hweẻ bỏ
change	*thay đổi*	tay đỏy
confirm	*xác nhận*	saák nyuhn

transport

45

luggage

hành lý

Where can I find a/the...?	*... ở đâu?*	... ờr đoh
baggage claim	*Nơi nhận hành lý*	ner.ee nyụhn haàng leé
luggage locker	*Tủ khóa đựng hành lý*	doỏ kwaá đụhrng haàng leé
trolley	*Xe đẩy*	sa đẩy

My luggage has been ...	*Hành lý của tôi đã bị*	haàng leé ağoỏ·uh doy đaã beẹ
damaged	*laàm huhr*	làm hư
lost	*mất*	múht
stolen	*lấy cắp*	láy ağúhp

That's (not) time.

Đây không phải đay (kawm) faỉ
của tôi ğoỏ.uh doy

Listen for ...

hành lý quá	haàng leé ğwaá	**excess baggage**
mức qui định	múhrk ğwee địng	
hành lý xách tay	haàng leé saák day	**carry-on baggage**

plane

máy bay

Where does flight (VN631) arrive?

Cửa nào chuyến bay ğủhr.uh nòw jwee.úhn bay
(VN631) đến? (ve en sóh ba mạwt) đen

Where does flight (VN631) depart?

Cửa nào chuyến bay ğủhr.uh nòw jwee.úhn bay
(VN631) cất cánh? (ve en sóh ba mạwt) ğúht ğaáng

chuyển	jweẻ.uhn	**transfer**
hộ chiếu	hạw jee.oó	**passport**
quá cảnh	ğwaá ğaảng	**transit**
thẻ lên máy bay	tả len máy bay	**boarding pass**

Where's (the) ...?	*... ở đâu?*	.. èr đoh
airport shuttle	*Xe chở người trong sân bay*	sa jèr nguhr.eè chom suhn bay
arrivals hall	*Ga đến*	gaa đén
departures hall	*Ga đi*	gaa đee
duty-free shop	*Cửa hàng miễn thuế*	ğùhr.uh haàng meẽ.uhn twé
gate (6)	*Cửa số (sáu)*	ğùhr.uh sảw (sóh)

bus

xe buýt

How often do buses come?
Lịch trình xe buýt thế nào?
lịk chìng sa bweét té nòw

Which bus goes to (Hai Phong)?
Xe buýt nào đi tới (Hải Phòng)
sa bweét nòw đee der.eé (haỉ fòm)

Does it stop at (Danang)?
Xe này có ngừng ở (Đà Nẵng) không?
sa này ğó ngùhrng èr (đaà nũhng) kawm

What's the next stop?
Trạm kế tới là trạm nào?
chụhm ğé der.eé laà chụhm nòw

I'd like to get off at (Hue).
Tôi muốn xuống tại (Huế).
doy moo.úhn soo.úhng dại (hwé)

... bus	*xe buýt ...*	sa bweét ...
city	*thành phố*	taàng fáw
intercity	*liên thành phố*	lee.uhn taàng fáw

train

What station is this?
   Trạm này là trạm nào?   chụhm nảy laả chụhm nòw
What's the next station?
   Trạm kế tới là   chụhm ǵe der.eé laả
   trạm nào?   chụhm nòw
Does it stop at (Vinh)?
   Xe này có ngừng ở   sa này ǵo ngủhrng èr
   (Vinh) không?   (ving) kawm
Do I need to change?
   Tôi có cần đổi xe không?   doy ǵo ǵủhn đỏy sa kawm

Is it ...?   *Đây có phải là lộ*   đay ǵo faỉ laả lạw
                           trình... không?   chìng ... kawm
   direct   *trực tiếp*   chụhrk dee.úhp
   express   *nhanh*   nyaang

Which carriage   *Toa xe nào*   dwaa sa nòw
is (for) ...?   *là ...?*   laả ...
   1st class   *hạng nhất*   haạng nyúht
   dining   *toa xe hàng ăn*   dwaa sa haàng uhn

boat

tàu thuyền

What's the sea like today?
Hôm nay biển như   hawm nay beẻ.uhn nyuhr
thế nào?   té nòw
What time does the ferry leave?
Mấy giờ phà đi?   máy zèr faả đee
Where does the boat leave from?
Từ đâu thuyền đi?   đủhr đoh twee.ủhn đee
Are there life jackets?
Có áo cứu đấm không?   ǵo ów ǵuhr.oó đúhm kawm

PRACTICAL

48

What ... is this?	... này là cái nào?	... này laà ğaí nòw
bay	Vịnh	vịng
beach	Bãi biển	baĩ beẻ·uhn
island	Hòn đảo	hòn đòw
lake	Hồ	hàw
river	Sông	sawm
cabin	phòng	fòm
captain	thuyền trưởng	twee·úhn chửhr·erng
deck	sàn tàu	saàn đòh
ferry n	phà	faà
hammock	võng	võm
hydrofoil	tàu cánh ngầm	đòw ğaáng ngừhm
jolly roger	cờ cướp biển	ğèr ğủhr·érp beẻ·uhn
lifeboat	tàu cứu đắm	đòh ğủhr·oó đúhm
life jacket	áo cứu đắm	ów ğủhr·oó đúhm
yacht	thuyền buồm	twee·úhn boo·ủhm
feel seasick.	Tôi bị say sóng.	doy beẹ say sóm

taxi, motorcycle-taxi & cyclo

taxi, xe ôm & xích lô

I'd like a taxi ...	Tôi muốn một	doy moo·úhn mạwt
	chiếc taxi...	jee·úhk dúhk·see ...
at (9am)	lúc (chín giờ sáng)	lúp (jín zèr saáng)
now	ngay	ngay
tomorrow	ngày mai	ngày mai

Where can I find motorcycle-taxis?

Xe ôm ở đâu?	sa awm èr đoh

Is this taxi free?

Taxi này có đang	dúhk·see này ğó đaang
trống không?	cháwm kawm

How much is it to...?

Đi đến ... mất bao	đee đén ... múht bow
nhiêu tiền?	nyee·oo dee·ùhn

transport

49

Please take me to (this address).
Làm ơn đưa tôi tới　laàm ern đuhr.uh doy der.eè
(địa chỉ này).　(đee.uh jeẻ này)
Please put the meter on.
Làm ơn mở đồng hồ.　laàm ern mèr đàwm hàw
How much is it?
Tiền xe hết bao nhiêu?　đee.ùhn sa hét bow nyee.oo

Please ...	Làm ơn ...	laàm ern ...
slow down	chậm lại	juhm lại
stop here	dừng lại ở đây	zùhrng lại ẻr đa
wait here	đợi ở đây	đer.eẹ ẻr đay

car & motorbike

xe hơi & xe má

car & motorbike

I'd like to	Tôi muốn	doy moo.ùhn
hire a/an ...	thuê ...	twe...
4WD	xe bốn bánh	sa báwn baáng
	chủ động	joỏ đạwm
automatic	xe số tự động	sa sáw dụhr đạ
car	xe hơi	sa her.ee
manual	xe số tay	sa sáw day
minibus	xe mini	sa mi.nee
motorbike	xe môtô	sa maw.taw
motorscooter	xe máy	sa máy
with ...	có ...	ğó ...
a driver	người lái xe	nguhr.eè laí sa
air conditioning	máy lạnh	máy laạng
How much for	Bao nhiêu	bow nyee.oo
...hire?	một ...?	mạwt ...
daily	ngày	ngày
weekly	tuần	dwùhn

If you plan to ride a motorbike, you may want to ask for a helmet (*mũ bảo hiểm* moõ bỏw heẻ.uhm). Though not used a lot in the cities, they're increasingly popular on the relatively dangerous rural roads and highways. In fact, they're required by law on certain roads and open highways. (What 'by law' means in practice can be a little vague!) Using one for a bicycle is very rare indeed, but perhaps better safe than sorry...

Does that include insurance?

Có bao gồm bảo hiểm không?

ğó bow gàwm bỏw heẻ.uhm kawm

Do you have a guide to the road rules in English?

Bạn có quyển sách hướng dẫn luật đi đường bằng tiếng Anh không?

bạan ğó ğwee̊.uhn saák huhr.èrng zũhn lwụht đee đuhr.èrng bùhng đee.úhng aang kawm

Do you have a road map?

Có bản đồ lái xe không?

ğó baản đàw laí sa kawm

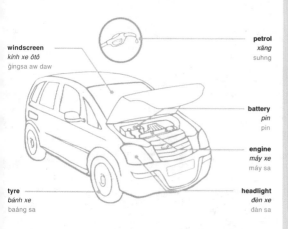

windscreen
kính xe ôtô
ğingsa aw daw

petrol
xăng
suhng

battery
pin
pin

engine
máy xe
máy sa

tyre
bánh xe
baáng sa

headlight
đèn xe
dàn sa

transport

51

on the road

What's the speed limit?
Tốc độ là bao nhiêu?   dáwp dạw laả bow nyee·oo

Is this the road to (Dien Bien Phu)?
Đường này đi (Điện   đuhr·èrng này đee (đee·uhn
Biên Phủ) không?   bee·uhn foỏ) kawm

Can I park here?
Tôi có thể đậu ở đây   doy ǧó tẻ đọh ẻr đay
được không?   đuhr·ẹrk kawm

How long can I park here?
Tôi có thể đậu ở đây   doy ǧó tẻ đọh ẻr đay
được bao nhiêu lâu?   đuhr·ẹrk bow nyee·oo loh

Where's a petrol station?
Trạm xăng ở đâu?   chụhm suhng ẻr đoh

Please fill it up.
Làm ơn đổ đầy bình.   laàm ern đảw đày bing

I'd like (20) litres.
Tôi muốn (hai mươi) lít.   doy moo·úhn (hai mhur·ee) lít

diesel	*điêzen*	đee·zan
leaded	*xăng có chì*	suhng ǧó jee
unleaded	*xăng không chì*	suhng kawm jee

Can you check the ...?	*Làm ơn kiểm tra ...*	laàm ern ǧeẻ·uhm chaa...
oil	*dầu*	zòh
tyre pressure	*áp suất hơi*	aáp swúht her·ee
	bánh xe	baáng sa
water	*nước*	nuhr·érk

Listenfor

bằng lái xe	bùhng laí sa	**drivers licence**
kilômét	ǧee·law·mét	**kilometres**
miễn phí	meẽ·uhn feé	**free**

problem

I need a mechanic.
Tôi cần thợ sửa xe.
doy ğúhn tẹr sủhr.uh sa

I've had an accident.
Tôi bị tai nạn.
doy bẹẹ dai naạn

It won't start.
Xe không mở máy.
sa kawm mẻr máy

I have a flat tyre.
Bánh xe tôi bị xì.
baáng sa doy bẹẹ seè

I've lost my car keys.
Tôi bị mất chìa khóa xe.
doy bẹẹ múht jee.úh kwaá sa

I've run out of petrol.
Tôi bị hết dầu xăng.
doy bẹẹ hét zòh suhng

Can you fix it (today)?
Bạn có thể sửa xe
(hôm nay) được không?
baạn ğó tẻ sủhr.uh sa
(hawm nay) đuhr.ẹrk kawm

How long will it take?
Sửa xe mất bao
nhiêu lâu?
sủhr.uh sa múht bow
nyee.oo loh

bicycle

I'd like ...	Tôi muốn ... -	doy moo.úhn...
my bicycle	sửa xe đạp	sủhr.uh sa đaạp
repaired	của tôi	ğoỏ.uh doy
to buy a bicycle	mua xe đạp	moo.uh sa đaạp
to hire a bicycle	mướn xe đạp	muhr.érn sa đaạ

I'd like (to buy)	Tôi muốn	doy moo.úhn
a ... bike.	(mua) một xe	(moo.uh) một sa
	đạp ...	đaạp ...
mountain	leo núi	lay.oo noo.eé
racing	đua	đoo.uh
secondhand	bán lại	baán laị

Do I need a helmet?
Có phải đội mũ bảo   ğó faỉ đoỵ moõ bỏw
hiểm không?   heẻ.uhm kawm
I have a puncture.
Bánh xe tôi bị xì.   baáng sa doy beỵ seè

signs

Cấm Đậu Xe	ğùhm đoỵh sa	**No parking**
Cấm Vượt Qua	ğùhm vuhr.ẹrk ğwaa	**No overtaking**
Chạy Chậm Lại	jaỵ juhm laị	**Slow down**
Dừng Lại	zùhrng laị	**Stop**
Điện Cao Thế	đee.uhn ğow té	**High voltage**
Đường Đang	đuhr.èrng đang	**Roadworks**
Sửa Chữa	sủhr.uh jũhr.uh	
Đường Sắt	đuhr.èrng súht	**Railway**
Giao Thông	zow tawm	**One-way**
Một Chiều	maụt jee.oò	
Lối Ra	lóy raa	**Exit**
Lối Vào	lóy vòw	**Entrance**
Nguy Hiểm	ngwee heẻ.uhm	**Danger**
Thu Thuế	too twé	**Toll**

border crossing

cửa khẩu

I'm	Tôi đang...	doy đaang ...
intransit	quá cảnh	ğwaá ğaảng
on business	đi công tác	đee ğawm daák
on holiday	đi nghỉ	đee ngyeẻ

I'm here for ...	Tôi ở đây ...	doy ẻr đay ...
(10) days	(mười) ngày	(muhr.eè) ngày
(two) months	(hai) tháng	(hai) túhng
(three) weeks	(ba) tuần	(ba) dwùhn

I'm going to (Hanoi).
Tôi sẽ đi (Hà Nội).   doy sã đee (haà nọy)

I'm staying at (the Hotel Lotus).
Tôi đang ở (Khách Sạn   doy đaang ẻr (kaák saạn
Hoa Sen).   hwaa san)

The children are on this passport,
Trẻ em có ở trên hộ   chả am ğó ẻr chen haạw
chiếu này.   jee.oó này

gia đình	zaa đìng	**family**
hộ chiếu	haạw jee.oó	**passport**
một mình	mạwt mìng	**alone**
nhóm	nyóm	**group**
thị thực	teẹ tụhrk	**visa**

border crossing

55

at customs

I have nothing to declare.
Tôi không có gì để khai báo.   doy kawm ğó zeẻ đẻ kaí bów

I have something to declare.
Tôi cần khai báo.   doy ğùhn kai bów

Do I have to declare this?
Tôi có cần phải khai   doy ğó ğùhn faỉ kai
báo cái này không?   bów ğai này kawm

That's mine.
Cái đó của tôi.   ğaí đó ğoỏ.uh doy

That's not mine.
Cái đó không phải của tôi.   ğaí đó kawm faỉ ğoỏ.uh doy

I didn't know I had to declare it.
Tôi không biết phải   doy kawm bee.úht
khai báo cái đó.   faỉ kai bów ğaí đó

Does anyone speak (English)?
Có ai nói tiếng (Anh)   ğó ai nóy dee.úhng (aang)
không?   kawm

---

signs

Hải Quan	hai ğwaan	**Customs**
Hàng Không	haàng kawm	**Duty-Free**
Đánh Thuế	đaáng twé	
Kiểm Dịch	ğee.ủhm zịk	**Quarantine**
Kiểm Tra	ğee.ủhm chaa	**Passport Control**
Hộ Chiếu	hạw jee.oó	
Nhập Cảnh	nyụhp ğaảng	**Immigration**

What ... is this?	... này là cái nào?	... này laả ǧaí nòw
stree	Phố/Đường Ⓝ/Ⓢ	fáw/đuhr.èrng Ⓝ/Ⓢ
village	Làng	laàng
Where's a/the ...?	... ở đâu?	... ẻr đoh
bank	Ngân hàng	nguhn haàng
market	Chợ	jer
tourist office	Phòng thông	fòm tawm
	tin du lịch	din zoo lịk

What's the address?
Địa chỉ là gì? — đẹẹ.uh jeẻ laả zeẻ

How far is it?
Bao xa — bow saa

How do I get there?
Tôi có thể đến tới — doy ǧó tẻ đén der.eé
bằng đường nào? — bùhng đuhr.èrng nòw

Can you show me (on the map)?
Xin chỉ giùm (trên bản — sin jeẻ zúm (chen baản
đồ này)? — đàw này)

It's ...	Nó ...	nó ...
behind ...	đằng sau ...	đùhng soh ...
close	gần đây	gúhn đay
here	ở đây	ẻr đay
in front of ...	đằng trước ...	đùhng chuhr.érk ...
near ...	gần ...	gúhn ...
next to ...	bên cạnh ...	ben ǧaạng ...
on the corner	ở gốc phố	ẻr ǧáwp fáw
	đường Ⓝ/Ⓢ	đuhr.èrng Ⓝ/Ⓢ
opposite ...	đối diện ...	đóy zee.ụhn ...
straight ahead	thẳng tới	tủhng der.eé
	trước	chuhr.érk
there	ở đó	ẻr đó

Turn ...	Rẽ/Quẹo ... Ⓝ/Ⓢ	zã/ğway.oọ ... Ⓝ/Ⓢ
at the corner	ở góc phố/ đường Ⓝ/Ⓢ	ở gáwp fáw/ đuhr.èrng Ⓝ/Ⓢ
at the traffic lights	tại đèn giao thông	dại đàn zow tawm
left	trái	chaí
right	phải	faỉ
by bus	bằng xe buýt	bùhng sa bweét
by cyclo	bằng xe xích lô	bùhng sa sìk law
by taxi	bằng xe taxi	bùhng sa dùhk.see
by train	bằng xe lửa	bùhng sa lửhr.uh
on foot	đi bộ	đee bạw
north	hướng bắc	huhr.érng búhk
south	hướng nam	huhr.érng naam
east	hướng đông	huhr.érng đawm
west	hướng tây	huhr.érng day

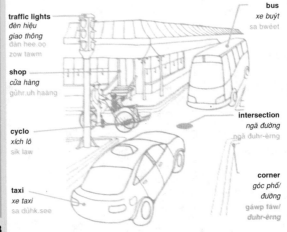

traffic lights
đèn hiệu
giao thông
đàn hee.oo
zow tawm

shop
cửa hàng
gủhr.uh haàng

cyclo
xích lô
sìk law

taxi
xe taxi
sa dùhk.see

bus
xe buýt
sa bweét

intersection
ngã đường
ngã đuhr.èrng

corner
góc phố/
đường
gáwp fáw/
đuhr.èrng

finding accomodation

tìm kiếm nơi ở

Where's a ...?	... ở đâu?	... èr đoh
bed and breakfast	Nhà khách	nyà kaák
camping ground	Nơi cắm trại	ner.ee gùhm chại
guesthouse	Nhà khách	nyà kaák
hotel	Khách sạn	kaák sạan
youth hostel	Nhà trọ cho	nyà chọ jo
	du khách trẻ	zoo kaák chả

Can you	Bạn có thể	bạạn ğó tẻ
recommend	giới thiệu	zer.eé tee.oọ
somewhere ...?	cho tôi chỗ...?	jo doy jõ...
cheap	rẻ	zả
good	tốt	dáwt
luxurious	sang trọng	saang chọm
nearby	gần đây	gùhn đay
romantic	lãng mạn	laãng mạạn

What's the address?	Địa chỉ là gì	đẹạ.uh jeẻ laà zeè

For responses, see **directions,** page 57.

local talk

dive n	nhà nghỉ không tốt	nyà ngyeẻ kawm dáwt
rat-infested	nhà ở chuột	nyà ảw choo.ụt
top spot	cao cấp	ğow ğúhp

booking ahead & checking in

I'd like to book a room, please.
Tôi muốn đặt phòng.   doy moo.úhn đụht fòm

I have a revervation.
Tôi đã đặt trước.   doy đaả đụht chuhr.érk

My name is ...
Tên tôi là ...   den doy laà...

For (three) nights/weeks.
Cho (ba) đêm/tuần.   jo (baa) đam/dwúhn

From (July 2) to (July 6).
Từ (ngày hai tháng bảy)   dúhr (ngày hai taáng bảy)
đến (ngày sáu tháng bảy).   đén (ngày sóh taáng bảy)

Do I need to pay upfront?
Tôi có cần phải trả   doy ǵó ǵúhn faỉ chaả
trước không?   chuhr.érk kawm

Do you have a ... room?	Bạn có phòng ...?	bạan ǵó fòm ...
double	đôi	đoy
single	đơn	đern
twin	hai giường	hai zuhr.èng

How much is it per ...?	Giá bao nhiêu cho một ...?	zaá bow nyee.oo jo mạwt
night	đêm	đem
personal	người	nguhr.èe
week	tuần	dwúhn

Can I pay by ...	Tôi có thể trả bằng ... được không	doy ǵó tẻ chaả bủhng ... đụhr.ẹrk kawm
credit card	thẻ tín dụng	tẻ dín zụm
debit card	thẻ trừ tiền	tẻ chùhr dee.ùhn
travellers cheque	séc du lịch	sák zoo lịk

For other methods of payment, see **shopping** page 69.

PRACTICAL

Máy đêm?	máy đam	**How many nights?**
chìa khóa	chee.à kwaá	**key**
hết phòng	hét fòm	**full**
hộ chiếu	haw chee.oó	**passport**
lễ tân	lẫy đuhn	**reception**

an I see it?

Tôi có thể xem phòng được không?	doy ğó tẻ sam fòm đuhr.ẹrk kawm

ll take it.

Tôi chọn phòng này.	doy jọn fòm này

equests & queries

yêu cầu

en's breakfast served?

Máy giờ ăn sáng?	máy zèr uhn saáng

ere's breakfast served?

Ăn sáng ở đâu?	uhn saáng ẻr đoh

ase wake me at (seven).

àm ơn đánh thức tôi vào lúc (bẩy giờ).	laàm ern đaáng túhrk doy vòw lúp (bẩy zèr)

you have n ...?	*Bạn có ... không?*	bạan ğó ... kawm
vator	*thang máy*	taang máy
ndry service	*dịch vụ giặt là*	zịk voọ zụht laả
ssage board	*bảng thông báo*	baảng tom bów
e	*két sắt*	ğát súht
imming pool	*bể bơi*	bẻ ber.ee

Can I use the ...?	Tôi có thể dùng ... được không?	doy ğó tẻ zùng ... đuhr.érk kawm
kitchen	nhà bếp	nyaà bép
laundry	máy giặt	máy zụht
telephone	điện thoại	dee.ụhn twại
Could I have (a/an)..., please?	Làm ơn cho tôi ...?	laàm ern cho doy ...
extra blanket	thêm một cái chăn	tam mạwt ğái chuhn
mosquito net	một cái màn	mạwt ğái maàn
my key	chìa khóa phòng tôi	chee.à kwaá fòm doy
receipt	một hóa đơn	mạwt hwá đern
Do you ... here?	Ở đây có dịch vụ ... không?	èr đay ğó zịk voọ ... kawm
arrange tours	du lịch	zoo lịk
change money	đổi tiền	đỏy dee.ùhn

Is there a message for me?
Có tin nhắn nào cho tôi không?   ğó din nhúhn nòw cho doy kawm

Can I leave a message for someone?
Tôi có thể để lại lời nhắn?   doy ğó tẻ đẻ lại ler.eè nhúhn

---

sigs

Cấm Chụp Ảnh	gúhm chụp aảng	No Photography
Quay Phim	gway feem	or Video Taping
Còn Phòng	ğòn fòm	Vacancy
Đóng	đáwm	Closed
Hết Phòng	hét fòm	No Vacancy
Lạnh	lạạng	Cold
Mở	mểr	Open
Nam	naam	Men
Nóng	nóm	Hot
Nữ	nũhr	Women
Tin Tức	din dúhrk	Information
Vệ Sinh	vạy sịng	Toilet

complaints

câu phàn nàn

I'm locked out of my room.
Tôi đã lỡ khóa phòng
mất rồi.
doy đaã lẽr kwaá fòm
mùht zòy

It's too...   *Phòng của*   fòm ğoỏ.uh
               tôi quá ...   doy ğwaá

bright	*sáng*	saáng
cold	*lạnh*	laạng
dark	*tối*	daw-eé
expensive	*đắt*	đúht
noisy	*ồn*	àwn
small	*nhỏ*	nyảw

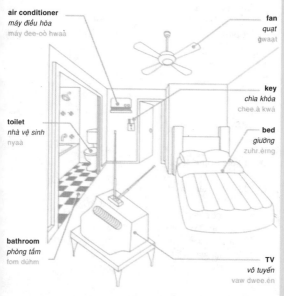

air conditioner
máy điều hòa
máy đee-oò hwaà

fan
quạt
ğwaạt

key
chìa khóa
chee.à kwá

toilet
nhà vệ sinh
nyaã

bed
giường
zuhr.èrng

bathroom
phòng tắm
fom dủhm

TV
vô tuyến
vaw dwee.én

The ... doesn't work.   *Cái ... bị hỏng*   ğaí ... beẹ hỏng

air conditioner	*máy điều hòa*	máy đee·oò hwaà
fan	*quạt*	ğwaạt
toilet	*la-bô*	laa·baw

Can I get another (blanket)?
Cho tôi thêm cái (chăn) nữa?   jo đoy tem ğaí (chuhn) nũ

This (pillow) isn't clean.
Cái (gối) này không sạch.   ğaí (góy) này kawm saạk

There's no hot water.
Nước nóng không chảy.   nuhr·érk nóm kawm jảy

a knock at the door...

Who is it?
Ai đó?   ai đó

Just a moment.
Chờ một lát.   jèr mạwt laát

Come in.
Xin mời vào.   sin mer·eè vòw

Come back later, please.
Xin bạn trở lại sau.   sin mer·eè vòw

checking out

trả phòng

What time is checkout?
Trả phòng vào lúc mấy giờ?   chả fòm vòw lúp máy zèr

Can I have a late checkout?
Tôi có thể trả phòng   đoy ğó tẻ chả fòm
muộn được không?   mu·ạwn đuhr·ẹrk kawm

Can you call a taxi for me (for 11 o'clock)?
Bạn làm ơn có thể gọi   baạn làm ern ğó tẻ gọi
taxi cho tôi (vào lúc   dúhk·see jo đoy (vòw lúp
mười một giờ)?   muhr·eè mạwt zèr)

I'm leaving now.
Tôi đi bây giờ.
doy đee bay zèr

Can I leave my bags here?
*Tôi có thể để lại hành
lý ở đây không?*
doy ǧó tẻ đè lại haàng
leé èr đay kawm

There's a mistake in the bill.
*Có sự nhầm lẫn trên
hóa đơn.*
ǧó sụhr nyùhm lũhn chen
hwaá đern

I had a great stay, thank you.
*Tôi đã có một kỳ nghỉ
tuyệt vời, cảm ơn.*
doy đã ǧó mạwt ǧeè ngyeẻ
dwee.ụht ver.eè ǧaảm ern

I'll recommend in to my friends.
*Tôi sẽ giới thiệu chỗ này
với các bạn của tôi.*
doy sã zer.eé tee.oọ jãw này
ver.eé ǧaák bạan ǧoỏ.uh doy

Could I have my..., please?	*Tôi có thể xin lại... không?*	doy ǧó tẻ sin lại ... kawm
deposit	*tiền đặt cọc*	dee.ùhn đụht ǧọp
passport	*hộ chiếu*	hạw chee.oó
valuables	*những đồ có giá trị*	nyũhrng đàw ǧó zá chẹe

I'll be back ...	*Tôi sẽ trở lại ...*	doy sã chẻr lại ...
in (three) days	*trong (ba) ngày nữa*	chom (baa) ngày nũhr.uh
on (Tuesday)	*vào ngày (Thứ ba)*	vòw ngày (túhr baa)

all day long	*suốt ngày*	soo.úht ngày
day in, day out	*ngày lại ngày*	ngày lại ngày
day off	*ngày nghỉ*	ngày ngyeẻ
every day	*hằng ngày*	hùhng ngày
in the old days	*thời xưa*	ter.eè suhr.uh
one of these days	*một ngày nào đó*	mạwt ngày nòw đó
three times a day	*mỗi ngày ba lần*	mãw.ee ngày baa lùhn

accommodation

65

camping

di cắm trại

Do you have (a) ...?	Bạn có ... không?	bạạn ğó ... kawm
electricity	điện	đee·ụhn
laundry	dịch vụ giặt là	zịk voọ zụht laà
shower facilities	thiết bị tắm	tee·úht beẹ dúhm
site	nơi cắm trại	ner·ee ğúhm chại
tents for hire	trại cho thuê	chại jo twe
How much is it per ...?	Bao nhiêu tiền cho một ...?	bow nyee·oo dee·ùhn jo mạwt ...
caravan	nhà lưu động	nyaà luhr·oo đạwm
personal	người	nguhr·eè
tent	trại	chại
vehicle	xe	sa

Can I camp here?
Tôi có thể cắm trại ở đây? — doy ğó tẻ ğúhm chại ẻr đay

Who do I ask to stay here?
Tôi phải hỏi ai để được ở đây? — doy faỉ hoỉ ai đầy đuhr·ẹrk ẻr đay

Could I borrow ...?
Tôi có thể mượn ...? — doy ğó tẻ muhr·ẹrn ...

Is it coin-operated?
Máy đó dùng đồng xu phải không? — máy đó zùm đàwm soo faỉ kawm

Is the water drinkable?
Có nước uống không? — ğó nuhr·érk oo·úhng kawm

PRACTICAL

66

renting

ở nhà dân — *thuê nhà*

I'm here about the... for rent.	Tôi đến đây để thuê...	doy đén đay đầy twe ...
Do you have a/an ... for rent?	Bạn có một ... cho thuê?	bạan ğó mạwt .... jo twe
apartment	căn hộ	ğuhn hạw
cabin	nhà lá	nyaà laá
house	nhà	nyaà
room	phòng	fòm
villa	biệt thự	bee.ụht tuhr
furnished	tiện nghi	dee.ụhn ngyee
partly furnished	một phần tiện nghi	mạwt fùhn dee.ụhn ngyee
unfurnished	không tiện nghi	kawm dee.ụhn ngyee

staying with locals

ở nhà dân

Can I stay at your place?
Tôi có thể ở chỗ bạn được không?
doy ğó tẻ jãw bạan đuhr.ẹrk kawm

Is there anything I can do to help?
Tôi có thể giúp gì không?
doy ğó tẻ zúp zeẽ kawm

Can I ...?	Tôi có thể ... được không?	doy ğó tẻ ... đuhr.ẹrk kawm
bring anything for the meal	mang cái gì cho bữa ăn	maang ğaí zeè jo bũhr.uh uhn
do the dishes	rửa bát đĩa	zủhr.uh baát đeẽ.uh
set/clear the table	bày/dọn bàn	bày/zọn baàn
take out the rubbish	đổ rác	đảw zaák

I have my own ...	Tôi có ... rồi	doy ğó ... zòy
mattress	cái đệm	ğaí đẹm
sleeping bag	túi ngủ	doo.eé ngoỏ

Thanks for your hospitality.

| Cảm ơn cho sự hiếu | ğaảm ern jo sụhr hee.oó |
| khách của bạn. | kaák ğoỏ.uh bạn |

For dining-related expressions, see **eating out**, page 149.

what's in a name?

Most Vietnamese names consist of a family name (*họ* họ), a middle name (*tên đệm* den đẹm or *tên lót* den lót) and a given name (*tên* den) - in that order. People are called by their given name, with the appropriate title before the name, eg *Cô Trang* ğaw chaang (Miss Trang). For more on titles, see the box **title case** on page 99.

The most common family name in Vietnam is *Nguyên* ngwĕe.uhn, followed by *Trần* chùhn, *Le* le and *Pham* faam. The middle name can be purely ornamental, can indicate the person's gender (*Văn* vuhn for men and *Thị* teẹ for women), or can be used by all male members of the family.

The given name is carefully chosen as it always carries a meaning - some of the names for boys are *Dũng* zũm (heroic), *Cùong* ğoo-ùhng (prosperous), *Minh* ming (bright) and *Trang* chaang (honoured), while some girls' names are *Kiều* ğee.oò (graceful), *Mỹ* meẽ (pretty), *Dịu* zee.oọ (gentle) and *Han* haan (faithful). Many names can be used for both men and women.

looking for ...

đi tìm ...

Where's a/the ...?	... ở đâu?	... èr đoh
department	Trung tâm	chum duhm
store	mua bán	moo.uh baán
market	Chợ	jer
supermarket	Siêu thị	see.oo teẹ

Where can I buy (a padlock)?
Tôi có thể mua
(ổ khóa) ở đâu?

doy ğó tẩy moo.uh
(ảw kwaá) èr đoh

For responses, see **directions**, page 57.

making a purchase

mua sắm

I'm just looking.
Tôi chỉ xem thôi.

doy cheẻ sam toy

I'd like to buy (an adaptor plug).
Tôi muốn mua
(một ổ cắm).

doy moo.óhn moo.uh
(mạwt ảw ğúhm)

How much is it?
Bao nhiêu tiền?

bow nyee.oo dee.ùhn

Can you write down the price?
Bạn có thể viết giá
được không?

bạan ğó tẩy vee.úht zaá
đuhr.ẹrk kawm

Do you have any others?
Bạn có cái khác không?

bạan ğó ğaí kaák kawm

Can I look at it?
Tôi có thể xem không?

doy ğó tẩy sam kawm

Do you accept ...?	Bạn có dùng ... không?	bạạn ğó zùm ... kawm
credit cards	thẻ tín dụng	tả dín zụm
debit cards	thẻ trừ tiền	tả chừhr dee.ùhn
travellers cheques	séc du lịch	sák zoo lịk
Could I have a..., please	Xin cho tôi một...?	sin jo doy mạwt
bag	cái túi	ğaí doo.eé
receipt	hóa đơn	hwaá đern

Could I have it wrapped please?
Làm ơn gói giùm.　　　laàm ern goý zùm

Does it have a guarantee?
Nó có được bảo　　　nó ğó đuhr.ẹrk bỏw
hành không?　　　haàng kawm

Can I have it sent overseas?
Bạn có thể gửi ra　　　ğó tảy gủhr.ee nó zaa
nước ngoài cho tôi　　　nuhr.érk ngwaì jo doy
được không?　　　đuhr.ẹrk kawm

Can you order it for me?
Bạn có thể đặt nó cho　　　bạạn ğó tảy đụht nó jo
tôi được không?　　　doy đuhr.ẹrk kawm

Can I pick it up later?
Tôi có thể lấy nó sau　　　doy ğó tảy láy nó soh
được không?　　　đuhr.ẹrk kawm

It's faulty.
Nó bị hỏng rồi.　　　nó bẹẹ hỏm zòy

I'd like..., please.	Làm ơn cho tôi ...	laàm ern jo doy ...
a refund	tiền hoàn lại	dee.ùhn hwaàn laị
my change	tiền thừa	dee.ùhn tùhr.uh
to return this	trả lại cái này	chaả laị ğaí này

local talk

bargain v	trả giá	chaả zaá
rip-off	đắt cắt cổ	đúht ğúht ğảw
sale	đại hạ giá	đại hạạ zaá
special	ưu đãi	uhr.oo đaĩ

bargaining

That's too expensive.
Cái đó quá đắt. — ğaí đó ğwaá đúht

Can you lower the price?
Có thể giảm giá — ğó tẩy zaảm zaá
được không? — đuhr.ẹrk kawm

Do you have something cheaper?
Bạn có cái nào rẻ — bạan ğó ğaí nòw zả
hơn không? — hern kawm

I'll give you (10,000 dong).
Tôi chỉ trả (mười nghìn — doy jeẻ chaả (muhr.eè ngyìn
đồng) thôi. — đàwm) toy

book & reading

Is there an English-language ...?
Có... tiếng Anh — ğó ... dee.úhng aang
ở đây không? — ẻr đay kawm

  bookshop
  hiệu sách — hee.oọ saák
  section
  nơi để sách — ner.ee zãy saák

Do you have a/an ...?
Bạn có ... — bạan ğó ...
không? — kawm

  book by (Ho Anh Thai)
  một quyển — mạwt ğweẻ.uhn
  sách nào của — saák nòw ğoỏ.uh
  (Hồ Anh Thái) — (hàw aang taí)

  entertainment guide
  quyển sách — ğweẻ.uhn saák
  hướng dẫn — huhr.érng zũhn
  nơi giải trí — ner.ee zaỉ cheé

I'd like a ...	Tôi muốn có một ...	doy moo.úhn ğó mạwt ...
dictionary	quyển từ điển	ğwee.úhn dùhr đee.ủhn
newspaper (in English)	tờ báo (bằng tiếng Anh)	dèr bów (bùhng dee.úhng aang)

Can you recommend a book to me?

Bạn có thể giới thiệu cho tôi một quyển sách được không?		bạan ğó tảy zer.eé tee.oọ jo doy mạwt ğwee.ủhn saák đuhr.ẹrk kawm

clothes

My size is ...	Cỡ của tôi là ...	ğẽr ğoo.uh doy laà ..
(40)	(bốn mươi)	(báwn muhr.ee)
small	bé	bá
medium	trung bình	chum bing
large	to	do

Can I try it on?

Tôi có thể mặc thử được không?		doy ğó tảy mụhk tủhr đuhr.ẹrk kawm

It doesn't fit.

Nó không vừa.		nó kawm vuhr.ùh

It's perfect!

Vừa lắm!		vuhr.ùh lúhm

For clothing items, see the **dictionary**.

---

listen for ...

Tôi có thể giúp gì không? doy ğó tảy zúp zeè kawm	**Can I help you?**
Còn gì nữa không? ğòn zeè nũhr.uh kawm	**Anything else?**
Không có. kawm ğó	**No, we don't have any.**

PRACTICAL

electronic goods

thiết bị điện tử

Where can I buy duty-free electronic good?
Tôi có thể mua đồ điện tử miễn thuế ở đâu?   doy gó tảy moo.uh đàw đee.uhn dủhr meẽ.uhn twé ểr đoh

Is this the latest model?
Đây có phải là loại mới nhất không?   đay gó faỉ laà lwại mer.eé nyúht kawm

Is this (240) volts?
Cái này là (hai trăm bốn mươi) vôn phải không?   ğaí này laà (hai chuhm báwn muhr.ee) vawn faỉ kawm

I need an adaptor plug.
Tôi cần một cái nắn dòng.   doy ğùhn mạwt ğaí núhn zòm

hairdressing

hiệu làm đầu

I'd like (a) ...	Tôi muốn ...	doy moo.úhn ...
blow wave	sấy tóc	sáy dóp
colour	nhuộm tóc	nyoo.uhm dóp
haircut	cắt tóc	ğúht dóp
my beard trimmed	tỉa râu	deẻ.uh zoh
shave	cạo râu	ğow zoh
trim	tỉa tóc	deẻ.uh dóp

Don't cut it too short.
Đừng cắt quá ngắn.   đùhrng ğúht ğwaá ngủhn

Please use a new blade.
Xin dùng lưỡi mới.   sin zùm lũhr.ee mer.eé

Shave it all off!
Cạo sạch!   ğow saạk

I should never have let you near me!
Mày cắt dở hơi bỏ mẹ!   mày ğúht zểr her.ee bỏ mạ

music

I'd like a ...	Tôi muốn	doy moo·úhn
	một ...	mạwt ...
blank tape	cuộn băng	ğoo·ụhn buhng
	trắng	chúhng
CD	đĩa CD	đeẽ·uh se·đe
DVD	đĩa DVD	đeẽ·uh đe·ve·đe
video	băng hình	buhng hìng

I'm looking for something by (Hong Nhung).

Tôi đang tìm một cái   doy đaang dìm mạwt ğái
đĩa của ca sĩ   đeẽ·uh ğoỏ·uh ğaa seẽ
(Hồng Nhung).   (hàwm nyum)

What's his/her best recording?

Đĩa nào của anh/cô   đeẽ·uh nòw ğoỏ·uh aang/ğaw
ấy là hay nhất?   áy laà hay nyúht

Can I listen to this?

Tôi có thể nghe thử cái này?   doy ğó tẻy ngya tủhr ğái này

Will this work on any DVD player?

Đĩa này có chạy ở bất   đeẽ·uh này go jạy ẻr búht
kỳ đầu DVD nào không?   ğeè đòh đe·ve·đe nòw kawm

Is this for a (PAL/NTSC) system?

Cái này có hợp với hệ   ğái này ğó hẹrp ver·eé hẹ
thống (PAL/NTSC) không?   táwm (paal/en·te·es·se) kawm

photography

Do you have ...	Bạn có ... cho	bạạn ğó ... jo
for this camera?	máy ảnh này	máy aảng này
	không?	kawm
batteries	pin	pin
memory cards	thẻ nhớ	tả nyér

I need a/an ...	Tôi cần loại	doy ğùhn lwại
film for this	phim... cho	feem ... jo
camera.	máy ảnh này.	máy aảng này
APS	APS	aa.pe.es
B&W	đen trắng	đan chúhng
colour	màu	mòh
slide	đèn chiếu	đàn jee.oó
(200) speed	tốc độ	dáwp đạw
	(hai trăm)	(hai chuhm)

Can you ...?	Bạn có thể	bạạn ğó tẩy
	... không?	...kawm
develop digital	rửa ảnh kỹ	zủhr.uh aẳng ğeē
photos	thuật số	twụht sáw
develop this	rửa cuộn	zủhr.uh ğoo.ụhn
film	phim này	feem này
recharge the	nạp pin cho	naạp pin jo
battery for my	máy ảnh kỹ	máy aẳng ğeē
digital camera	thuật số	twụht sáw
	của tôi	goỏ.uh doy
transfer photos	chuyển ảnh	jweẻ.uhn aẳng
from my	từ máy ảnh	dùhr máy aẳng
camera to CD	của tôi sang	goỏ.uh doy saang
	đĩa CD	đeẽ.uh se.đe

I need a cable to connect my camera to a computer.

Tôi cần một đường   doy ğùhn mạwt đuhr.èrng
dây dẫn điện để nối   zay zũhn đee.ụhn để nóy
máy ảnh với máy tính.   máy aẳng ver.eé máy díng

I need a cable to recharge this battery.

Tôi cần một đường nối   doy ğùhn mạwt đuhr.èrng nóy
để sạc pin này.   để saạk pin này

I need a video cassette for this camera.
*Tôi cần một băng ghi
hình cho máy quay này.*
doy ğùhn mạwt buhng gee
hình jo máy ğway này

I need a passport photo taken.
*Tôi cần chụp ảnh
cho hộ chiếu.*
doy ğùhn jụp aảng
jo hạw jee.oó

When will it be ready?
Khi nào sẽ xong?
kee nòw nó som

I don't want to pay the full price.
Tôi không muốn trả hết
doy kawm moo.úhn chaả hé

I'm not happy with these photos.
*Tôi chưa hài lòng với
những ảnh này.*
doy juhr.uh haì ver.eé
nyũhrng aảng này

repairs

sửa đồ

Can I have my...	*Ở đây có thể sửa*	ẹr đay ğó tể sửhr.uh
repaired here?	*... được không?*	... đuhr.ẹrk kawm
When will my	*Khi nào ...*	kee nòw ...
... be ready?	*của tôi sẽ xong?*	ğoỏ.uh doy sã som
backpack	*ba-lô*	baa.law
camera	*máy ảnh*	máy aảng
(sun)glasses	*kính (râm)*	ğíng (zhum)
shoes	*giầy*	zảy

souvenirs

basket	*cái rổ*	ğaí zảw
brassware	*đồ đồng*	đàw đàwm
caneware	*đồ mây tre*	đàw may cha
embroidery	*đồ thêu*	đàw te.oo
handicraft	*đồ thủ công*	đàw toỏ ğawm
	mỹ nghệ	meẽ ngyẹ
shell souvenirs	*đồ lưu niệm*	đàw luhr.oo nee.uhm
	làm bằng vỏ sò	laàm bùhng vỏ sò
woodcarving	*tượng gỗ*	duhr.ẹrng gãw

the internet

mạng internet

Where's the local Internet café?
Internet càfê gần
nhất ở đâu?
in·ter·net ğà·fe gùhn
nyúht ẻr đoh

I'd like to ...	*Tôi muốn ...*	doy moo·úhn ...
check my	*kiểm tra*	keẻ·uhm chaa
email	*email*	ee·mayl
get Internet access	*vào mạng*	vòw maạng
use a printer	*dùng máy in*	zùm máy in
use a scanner	*dùng máy scan*	zùm máy skaan

Do you have ...?	*Bạn có ... không?*	baạn ğó ... kawm
Macs	*máy tính Mac*	máy díng maak
PCs	*máy tính PC*	máy díng pe·se
a Zip drive	*ổ đĩa Zip*	ảw deẽ·uh zip

How much per ...?	*Bao nhiêu tiền cho ...?*	bow nyee·oo đee·ùhn jo ...
hour	*một tiếng*	mạwt dee·úhng
(five) minutes	*(năm) phút*	(nuhm) fút
page	*một trang*	mạwt chaang

How do I log on?
Làm thế nào để vào mạng?
laàm té nòw đẻ vòw maạng

Please change it to English-language setting.
Làm ơn chuyển sang
tiếng Anh.
laàm ern jweẻ·uhn saang
dee·úhng aang

It's crashed.
Nó bị treo máy.
nó beẹ chay·oo máy

I've finished.
Tôi đã xong.
doy đaã som

mobile/cell phone

điện thoại di động

I'd like a ...	Tôi muốn ...	doy moo.úhn ...
charger for	mua một cục	moo.uh mạwt ğụp
my phone	sạc điện thoại	saạk đee.ụhn twaị
mobile/cell	thuê một	twe mạwt
phone for hire	điện thoại di động	đee.ụhn twaị zee đạwm
prepaid	mua một	moo.uh mạwt
mobile/cell	điện thoại di	đee.ụhn twaị zee
phone	động trả trước	đạwm chaả chuhr.érk
SIM card for	mua một SIM	moo.uh mạwt sim
your network	điện thoại	đee.ụhn twaị

What are the rates?
  Giá bao nhiêu?   zaá bow nyee.oo
(500 dong) per (30) seconds.
  (Năm trăm đồng) cho   (nuhm chuhm đàwm) jo
  (ba mươi) giây.   (baa muhr.ee) zay

---

sign language

Finding a street sigh at every corner is sometimes a stretch, but almost every Vietnamese street has a shop - and conveniently, most shops display their address on the sign above the entrance. It usually their address on the sign above the entrance. It usually runs along the bottom of the sign, and the street name is, more often than not, given.

There are several words for 'street', the main one used in HCMC and the south being *đường* đuhr.èrng (Đ). In Hanoi and other cities in northern Vietnam, the word *phố* fáw (P) is used instead. The word for 'street' comes before the name, so Nguyen Du Street becomes *Đường Nguyễn Du* đuhr.èrng ngeẽ.uhn zoo (Đ *Nguyễn Du*) or *Phố Nguyễn Du* fáw ngeẽ.uhn zoo (P *Nguyễn Du*).

phone

What's your phone number?

   Xin cho biết số máy   sin jo bee.úht sáw máy

   điện thoại của bạn?   đee.ụhn twại ğoỏ.uh bạan

Where's the nearest public phone?

   Điện thoại công cộng   đee.ụhn twại ğom ğọm

   gần nhất ở đâu?   ğùhn nyúht ẻr đoh

Can I look at a phone book?

   Tôi có thể xem danh   doy ğó tẻy sam zaang

   bạ điện thoại?   bạạ đee.ụhn twại

I want to ...	Tôi muốn ...	doy moo.úhn ...
buy a	*mua một thẻ*	moo.uh mạwt tẻ
phonecard	*gọi điện thoại*	gọy đee.ụhn twại
call (Singapore)	*gọi (Sin-ga-pore)*	gọy (sin.gaa.paw)
make a	*gọi một cuộc*	gọy mạwt ğoo.ụhk
(local) call	*(nội hạt)*	(naw.ẹẹ hạạt)
reverse the	*người nghe*	nguhr.èè ngya
charges	*trả tiền*	chả đee.ùhn
speak for (three)	*nói chuyện*	nóy jwee.ụhn
minutes	*trong (ba) phút*	chom (baa) fút
How much	*Giá... bao*	záá ... bow
does ... cost?	*nhiêu?*	nyee.oo
a (three)-	*một cuộc*	mạwt ğoo.ụhk
minute call	*điện thoại*	đee.ụhn twại
	(ba) phút	(baa) fút
each extra	*mỗi một phút*	mỗy mạwt fút
minute	*tiếp sau*	dee.úhp soh

The number is ...

   Số điện thoại là ...   sáw đee.ụhn twại laà ...

What's the area/country code for (New Zealand)?

   Mã số vùng nước của   maã sáw vùm/nuhr.érk ğoỏ.uh

   (Niu Zi Lân) là gì?   (nee.oo zee luhn) laà zeè

It's engaged.

   Nó đã được kết nối.   nó đaã đuhr.ẹrk ğét nóy

The connection's bad.
Sự kết nối rất tồi.   suhr ğét naw.eé zúht dòy

I've been cut off.
Nó đã bị cắt.   nó đaã beẹ ğúht

Hello.   *Xin chào*   sin jòw
It's ...   *Đây là ...*   đay laà...
Is ...there?   *Có ... ở đó không?*   ğó ... ẻr đó kawm

I'd like to speak to ...
  Xin cho tôi gặp ...   sin jo doy gụhp ...

Please tell him/her I called.
  Làm ơn nói với   laàm ern nóy ver.eé
  anh/chị ấy tôi đã gọi.   aang/jeẹ áy doy đaã gọy

Can I leave a messaga?
  Tôi có thể để lại lời nhắn?   doy ğó tẻ đẻ laị ler.eè nyúhn

My number is ...
  Số điện thoại của   sáw đeẹ.ụhn twaị ğoỏ.ụh
  tôi là ...   doy laà ...

I don't have a contact number.
  Tôi không có sổ liên lạc.   doy kawm ğó sáw lee.uhn laạk

I'll call back later.
  Tôi sẽ gọi lại sau.   doy sẽ gọy laị soh

| listen for ... |

Nhầm số
  nyùm sáw   **Wrong number.**

Ai gọi đấy?
  ai gọy đáy   **Who's calling?**

Bạn muốn nói chuyện với ai?
  baạn moo.ụhn nóy
  jwee.ụhn ver.eé ai   **Who do you want to**
                                                       speak to?

Đợi một chút.
  đer.eẹ mạwt jút   **One moment.**

Anh/Chị ấy không có ở đây.
  aang/jeẹ áy kawm ğó ẻr đay   **He/She is not here.**

post office

bưu điện

I want to	*Tôi muốn*	doy moo.úhn tẻ
send a ...	*gửi một ...*	gủhr.ee mạwt ...
fax	*bản fax*	baản faak
letter	*lá thư*	làá tuhr
parcel	*bưu phẩm*	buhr.oo fủhm
postcard	*bưu ảnh*	buhr.oo aảng
I want to buy	*Tôi muốn*	doy moo.úhn
a/an ...	*mua một ...*	moo.uh mạwt ...
aerogram	*giấy gói*	záy góy
envelope	*phong bì*	fom beè
stamp	*cái tem*	ğaí dam
customs	*khai báo hải*	kai bów haỉ
declaration	*quan*	ğwaan
domestic	*trong nước*	chom nuhe.érk
fragile	*dễ vỡ*	zẽ vẽr
international	*quốc tế*	ğwáwk dé
mail n	*thư*	tuhr
mailbox	*hộp thư*	hạwp tuhr
postcode	*mã số bưu*	maã sáw buhr.oo
	điện	đee.ụhn

snail mail

air	*đường hàng không*	đuhr.èrng haàng kawm
express	*chuyển phát nhanh*	jweẻ.uhn faát nyaang
registered	*thư bảo đảm*	tuhr bỏw đaảm
sea	*đường biển*	đuhr.èrng beẻ.uhn
surface	*đường bộ*	đuhr.èrng bạw

communications

81

Please send it by airmail to (Australia).

*Xin hãy gửi nó bằng
đường hàng không
đến (Úc).*

sin hãy gủhr.ee nó bùhng
đuhr.èrng haàng kawm
đén (úp)

It contains (souvenirs).

*Nó bao gồm
(quà lưu niệm).*

nó bow gàwm
(ğwaà luhr.oo nee.ụhm)

Where's the poste restante section?

*Nơi trả bưu phẩm
ở đâu?*

ner.ee chaả buhr.oo fủhm
ẻr đoh

Is there any mail for me?

Có thư nào của tôi không?

ğó tuhr nòw ğoỏ-uh doy kawm

place names

Cao Bằng	ğow bùhng	Cao Bang
Cần Thơ	ğùhn tèr	Can Tho
Côn Đảo	ğawn đỏw	Con Dao Island
Đà Lạt	đaà laạt	Dalat
Đà Nẵng	đaà nũhng	Danang
Hà Nội	haà nọy	Hanoi
Hải Phòng	haỉ fòm	Hai Phong
Hạ Long	haạ lom	Halong
Hội An	họy aan	Hoi An
Huế	hwé	Hue
Mỹ Tho	meẽ to	My Tho
Phú Quốc	foó ğwáwk	Phu Quoc Island
Sài Gòn	saì gòn	Saigon
Thành Phố	taàng fáw	Ho Chi Minh City
Hồ Chí Minh	hàw jeé ming	(HCMC)

In Vietnam you can use either the local currency, dong (đồng
Việt Nam đàwm vee.ụht naam), or US dollars.

Do you change money here?

Bạn có dịch vụ đổi
tiền ở đây?

baạn ğó zịk voọ đồy
dee.èn ẻr đay

What time does the bank open?

Mấy giờ ngân hàng
mở cửa?

máy zèr nguhn haàng
mẻr ğủhr.uh

Where can I ...?	*Tôi có thể ...*	doy ğó tẻ ...
	ở đâu?	ẻr đoh
I'd like to ...	*Tôi muốn ...*	doy moo.úhn ...
cash a cheque	*đổi séc ra*	đỏy sák zaa
	tiền mặt	dee.ùhn mụht
change a	*đổi séc du*	đỏy sák zuu
travellers cheque	*lịch*	lịk
change money	*đổi tiền*	đỏy dee.ùhn
get a cash	*rút tiền tạm*	zút dee.ùhn daạm
advance	*ứng*	úhrng
withdraw money	*rút tiền*	zút dee.ùhn
Where's ...?	*... ở đâu?*	... ẻr đoh
an automated	*Máy rút tiền*	máy zút dee.ùhn
teller machine	*tự động*	dụhr đạwm
a foreign	*Phòng đổi*	fòm đỏy
exchange office	*ngoại tệ*	ngwaị dẹ

What's the ...?	... là bao nhiêu?	... laà bow nyee.oo
charge for that	Phí cho cái đó	feé jo ğaí đó
exchange rate	Tỉ giá hối đoái	deè zaá hóy đwaí

It's free.	Miễn phí.	meẻ.uhn feé
It's (10) dollars.	(Mười) đô.	(muhr.eè) đaw
It's (10,000) dong.	(Mười nghìn)	(muhr.eè ngyìn)
	đồng	đàw

Has my money arrived yet?
Tiền của tôi đã
đến chưa?
dee.ùhn ğoỏ.uh doy đaã
đén juhr.uh

How long will it take to arrive?
Mất bao lâu nó mới đến?
múht bow loh nó mer.eé đén

Can I use my credit card to withdraw money?
Tôi có thể dùng thẻ tín
dụng để rút tiền
được không?
doy ğó tẻ zùm tả dín
zụm đẻ zút dee.ùhn
đuhr.ẹrk kawm

The automated teller machine took my card.
Máy rút tiền đã nuốt
mất thẻ của tôi.
máy zút dee.ùhn đaã moo.úht
múht tả ğoỏ.uh doy

I've forgotten my PIN.
Tôi đã quên mất
mã số PIN.
doy đaã ğwen múht
maã sáw pin

I'd like a/an ...	Tôi muốn	doy moo·úhn
	có một ...	ğó mạwt
audio set	băng hướng	buhng huhr·érng
	dẫn	zũhn
catalogue	quyển	ğweẻ·uhn
	ca-ta-lô	gaa·daa·law
guide	người	nguhr·eè
	hướng dẫn	huhr·érng zũhn
guidebook	quyển sách	ğweẻ·uhn saák
(in English)	hướng dẫn	huhr·érng zũhn
	(bằng tiếng	(bùhng dee·úhng
	Anh)	aang)
(local) map	bản đồ	baản đàw
	(địa phương)	(đee·ụh fuh·erg)

Do you have	Bạn có thông	bạan ğó tawm
information on	tin gì về những	din zeè vè nyũhrng
... sights?	... không?	...kawm
cultural	địa danh	đee·ụh zaang
	văn hóa	vuhn hwaá
historical	di tích lịch sử	zee dík lịk sủhr
religious	nơi tôn giáo	ner·ee dawn zów
I'd like to see (a) ...	Tôi muốn thăm ...	doy moo·úhn tuhm ...
Buddhist	một đền	mạwt đèn
temple	Phật Giáo	fụht zów
pagoda	một ngôi	mạwt ngaw·ee
	chùa	juhr·ùh
tombs	lăng tẩm	luhng dủhm

What's that?
    Đó là cái gì?   đó laà ğaí zeè

Who made it?
    Ai đã xây nó?   ai đaã say nó

How old is it?
    Nó được xây bao   nó đuhr·ẹrk say bow
    nhiêu lâu rồi?   nye·oo loh zòy

Could you take a photo of me?
    Bạn có thể chụp cho   bạn ğó tẻ jụp jo
    tôi một bức ảnh   doy mạwt búhrk aảng

Can I take a photo (of you)?
    Tôi có thể chụp ảnh (bạn)   doy ğó tẻ jụp aảng (bạn)
    được không?   đuhr·ẹrk kawm

I'll send you the photo.
    Tôi sẽ gửi ảnh này   doy sã gủhr·ee aảng này
    cho bạn.   jo bạn

getting in

What time does it open/close?
Mấy giờ nó mở/đóng cửa?   máy zèr nó mẻr/dáwm gǔhr·uh
What's the admission charge?
Giá vào là bao nhiêu?   zaá vòw laà bow nyee·oo

Is there a	*... có được giảm*	... gó đuhr·ẹrk zaảm
discount for ...?	*giá không?*	zaá kawm
children	*Trẻ em*	chả am
families	*Gia đình*	zaa đing
groups	*Nhóm*	nyóm
older people	*Người cao*	nguhr·eè gow
	tuổi	doỏ·ee
pensioners	*Người hưu*	nguhr·eè huhr·eé
	trí	cheé
students	*Sinh viên*	sing vee·uhn

tours

Can you	*Bạn có thể giới*	bạan gó tẻ zẻr·eé
recommend	*thiệu một*	tee·oọ mạwt
a ...?	*chuyến ... không?*	jwee·úhn ... kawm
When's the	*Khi nào là*	kee nòw laà
next ...?	*chuyến ... tới?*	jwee·úhn ... der·eé
boat trip	*du thuyền*	zoo twee·ùhn
day trip	*du lịch nội nhật*	zoo lịk noỵ nyụht
tour	*thăm quan*	tuhm gwaan
Is ... included?	*Nó có bao*	nó gó bow
	gồm... không?	gàwm ... kawm
accommodation	*chỗ ở*	jãw ẻr
food	*đồ ăn*	đàw uhn
transport	*phương tiện*	fuhr·erng dee·ụhn
	đi lại	đee lại

The guide will pay.
   Người hướng dẫn   nguhr·eè huhr·erng zūhn
   sẽ trả.   sã chaả

The guide has paid.
   Người hướng dẫn   nguhr·eè huhr·erng zūhn
   đã trả rồi.   đaã chaả zòy

How long is the tour?
   Chuyến đi thăm quan   jwee·úhn đee tuhm ğwaan
   này là dài bao lâu?   này laả zai bow loh

What time should we be back?
   Mấy giờ chúng tôi   máy zèr júm doy
   được về?   đuhr·ẹrk vè

I'm with them.
   Tôi đang đi với họ.   doy đaang đee ver·eé họ

I've lost my group.
   Tôi đã lạc nhóm của   doy đaã laạk nyóm ğoỏ·uh
   tôi rồi.   doy zòy

---

holy sights

In Vietnam, the words 'pagoda' and 'temple' are used with a different meaning than in other Asian countries (like China). A pagoda *(chùa* joo.ùh) is a place of worship and doesn't necessarily store the ashes of the dead. It's usually a single-storey structure, not a multi-tiered, eight-sided tower. A temple *(đền* dèn) , on the other hand, isn't really a place of worship - rather, it's built in honour of a great historical or mythical figure (eg Confucius or even Ho Chi Minh).

I'm attending a ...	Tôi đang tham dự một ...	doy đaang taam zụhr mạwt
conference	hội nghị	họy ngyẹe
course	hội thảo	họy tỏw
meeting	buổi họp	boỏ·ee họp
trade fair	hội chợ thương mại	họy jẹr tuhr·erng mại

I'm with ...	Tôi đến với ...	doy đén ver·eé ...
my colleague(s)	đồng nghiệp của tôi	đàwm ngyee·ụhp ğoỏ·uh doy
(two) others	(hai) người khác	(hai) nguhr·eè kaák

I'm alone.
Tôi đến một mình.   doy đén mạwt ming

I have an appointment with ...
Tôi có hẹn với ...   doy ğó hạn ver·eé ...

I'm staying at (the Hoa Binh Hotel), room (21).
Tôi ở khách sạn (Hòa Bình)   doy ẻr kaák sạan (hwaà bìng)
phòng (hai mươi mốt).   fòm (hai muhr,ee máwt)

I'm here for (three) days/weeks.
Tôi ở đây (ba) ngày/tuần.   doy ẻr đay (baa) ngày/dwủhn

etiquette tips

Exchanging business cards (*danh thiếp* zaang tee.úhp) is an important part of even the smallest transaction or business contact in Vietnam. They should be presented and received with both hands.

Leaving a pair of chopsticks (*đôi đua* đoo.uh) sitting vertically in a rice bowll isn't appreciated in Vietnam - it looks very much like the incense sticks that are burned for the dead.

business

Here's my ...	Đây là ... của tôi	đay laà ... ğoỏ·uh doy
Can I have	Xin bạn cho tôi	sin bạạn jo doy
your ...?	... của bạn.	... ğoỏ·uh bạạn
address	địa chỉ	đẹc·uh jeẻ
business card	danh thiếp	zaang tee·úhp
email address	địa chỉ	đẹc·uh jeẻ
	email	ee·mayl
fax number	số fax	sáw faak
mobile number	số điện thoại	sáw đee·uhn twại
	di động	zee đạwm
phone number	số điện thoại	sáw đee·uhn twại
Where's the ....?	... ở đâu?	... ẻr đoh
confrence	Hội nghị	họy ngyẹẹ
meeting	Buổi họp	boỏ·ee họp
I need (a/an) ...	Tôi cần ...	doy ğùhn ...
computer	một máy tính	mạwt máy díng
Internet	vào mạng	vòw mạạng
connection		
interpreter	một người	mạwt nguhr·eè
	phiên dịch	fee·uhn zịk
more business	in danh thiếp	in zaang tee·úhp
cards	nữa	nũhr·uh
some space to	một chỗ để	mạwt jãw đẻ
set up	chuận bị	joọ·uhn bẹẹ
to send a fax	gửi một	gủhr·ee mạwt
	bản fax	baản faak

That went very well.
Buổi họp có kết quả   boỏ họp ğó ğét ğwaả
tốt rồi   dáwt zòy
Shall we go for a drink?
Mời bạn đi uống nước.   mer·eè bạạn đee oo·úhng nuhr·érk
Shall we go for a meal?
Mời bạn đi ăn cơm.   mer·eè bạạn đee uhn ğerm
It's on me.
Tôi mời bạn.   doy mer·eè bạạn

Facillities for people with a disability are limited to new office buildings and foreign hotels.

I have a disability.
  Tôi bị khuyết tật.   doy beẹ kwee·úht dụht

I need assistance.
  Tôi cần sự trợ giúp.   doy gùhn sụhr chẹr zúp

I'm deaf.
  Tôi bị điếc.   doy beẹ đee.úhk

I have a hearing problem.
  Tôi có vấn đề về thính giác.   doy ǵo vúhn đè vè tíng zaák

I have a hearing aid.
  Tôi dùng thiết bị trợ thính.   doy zùm tee·úht beẹ chẹr tíng

My (friend) is blind.
  (Bạn) tôi bị mù.   (baạn) doy beẹ moò

Are guide dogs permitted?
  Có chó dẫn đường cho   ǵo jó zũhn đuhr·èrng jo
  người khiếm thị không?   nguhr·eè kee·úhm teẹ kawm

What services do you have for people with a disability?
  Bạn có những dịch vụ   baạn ǵo nyũhrng zịk voọ
  gì cho người bị khuyết   zeè jo nguhr·eè beẹ kwee·úht
  tật không?   dụht kawm

How wide is the entrance?
  Lối vào rộng bao nhiêu?   lóy vòw zạwm bow nyee.oo

How many steps are thre?
  Có bao nhiêu bậc thang?   ǵo bow nyee·oo bụhk taang

Is there a lift?
  Có thang máy không   ǵo taang máy kawm

Is there wheelchair access?
  Có đường dành riêng   ǵo đuhr·èrng zaảng zee·uhng
  cho xe lăn không?   jo sa luhn kawm

Are there disabled toilets?

Có la-bô cho người   ǵo laa·baw jo nguhr·eè
khuyết tật ở đây không?   kwee·úht dụht ér đay kawm

Are there rails in the bathroom?

Có tay vịn nào trong   ǵo day vịn nòw chom
nhà vệ sinh không?   nyaà ve sing kawm

Are there disabled parking spaces?

Có chỗ đỗ xe dành cho   ǵo jãw đãw sa zaàng jo
người khuyết tật không?   nguhr·eè kwee·úht dụht kawm

Can you call me a disabled taxi?

Bạn có thể gọi hộ tôi   bạan ǵo tẻ goy hạw doy
một taxi dành cho   mạwt dụhk·see zaàng jo
người khuyết tật không?   nguhr·eè kwee·úht dụht kawm

Can you help me cross the street safely?

Bạn có thể giúp tôi qua   bạan ǵo tẻ zúp doy ǧwaa
đường an toàn không?   đuhr·èrng aan dwaàn kawm

Is there somewhere I can sit down?

Có chỗ nào tôi có thể   ǵo jãw nòw doy ǵo tẻ
ngồi được không?   ngòy đuhr·ẹrk kawm

guide dog	*chó dẫn đường*	jó zũhn đuhn·èrng
older person	*người cao tuổi*	nguhr·eè ǧòw doỏ·ee
person with	*người khuyết*	nguhr·eè kwee·úht
a disability	*tật*	dụht
ramp	*đường dốc*	đuhr·èrng záwp
walking frame	*khung tập đi*	kum dụhp đee
walking stick	*gậy chống*	gay jáwm
wheelchair	*xe lăn*	sa luhn

travelling with children

du lịch với trẻ em

A crèche is almos unheard of in Vietnam, so when it comes to
leaving the kids behind for an outing, a babysitter (*bảo mẫu*
bỏw mõh) is the service to ask for.

Is there a ...?	Có ... ở đây không?	ğó ... ẻr đay kawm
baby change room	phòng thay đồ cho trẻ sơ sinh	fòm tay đàw jo chẻ ser sing
child-minding service	dịch vụ trông trẻ	zịk voọ chawm chả
children's menu	thực đơn trẻ em	tụhrk đern chẻ am
child's portion	xuất ăn dành cho trẻ	swúht uhn zaàng jo chẻ
discount for children	giảm giá cho trẻ em	zảãm zaá jo chả am
family ticket	vé gia đình	vá zaa đing
I need a/an ...	Tôi cần một ...	doy ğùhn mạwt ...
baby seat	ghế trẻ sơ sinh	gé chẻ ser sing
(English-speaking) babysitter	bảo mẫu (nói được tiếng Anh)	bỏw mõh (nóy đuhr·ẹrk dee·úhng aang)
booster seat	ghế đẩy	gé đẩy
cot	giường cũi	zuhr·èrng ğoõ·ee
highchair	ghế cao dành cho trẻ	gé ğow zaàng jo chả
plastic bag	túi nhựa	doo·eé nyuhr·ụh
plastic sheet	miếng nhựa	mee·úhng nyuhr·ụh
potty	cái bô	ğái baw
pram	xe đẩy	sa đảy
sick bag	túi nôn	doo·eé nawn
stroller	xe nôi	sa noy

Where's the nearest ...?	Cái ... gần nhất ở đâu?	ğái ... ğùhn nyúht èr đoh
drinking fountain	vòi uống nước	vòy oo·úhng nuhr·érk
park	công viên	ğawm vee·uhn
playground	sân chơi	suhn jer·ee
swimming pool	bể bơi	bể ber·ee
tap	vòi nước	vòy nuhr·érk
theme park	công viên vui chơi	ğawm vee·uhn voo·ee jer·ee
toyshop	cửa hàng đồ chơi	ğủhr·uh haàng đàw jer·ee
Do you sell ...?	Bạn có bán ... không?	bạan ğó baán ... kawm
baby wipes	giấy chùi đít	záy joo·eè đít
disposable nappies	cho em bé tã giấy	jo am bá daã záy
painkillers for infants	thuốc giảm đau cho trẻ	too·úhk zaảm đoh jo chả
powdered milk	sữa bột	sũhr·uh bạwt
tissues	giấy lau	záy loh

Do you hire prams/strollers?

Bạn có cho thuê xe đẩy/nôi không?   bạan ğó jo twe sa đẩy/noy kawm

Is there space for a pram?

Có chỗ nào để xe đẩy không?   ğó jãw nòw để sa đẩy kawm

Are children allowed?

Trẻ em có được phép vào không?   chả am ğó đuhr·ẹrk fáp vòw kawm

Is this suitable for (three)-year old children?

Cái này có thích hợp với trẻ em (ba) tuổi không?   ğái này ğó tík hẹrp ver·eé chả am (ba) doỏ·ee kawm

Where can I change a nappy?

Tôi có thể thay tã ở đâu?   doy ğó tể tay daã èr đoh

you mind if I breast-feed here?
Bạn có phiền không nếu
tôi cho con bú ở đây?
bạạn ğó fee·ùhn kawm nay·oó
doy jo ğon boó ẻr đay

uld I have some paper and pencils?
Làm ơn cho tôi giấy
và bút chì.
laàm ern jo doy záy
vaà bút jeè

you know a dentist/doctor who is good with children?
Bạn có biết một nha/bác
sĩ cho trẻ em không?
bạạn ğó bee·úht mạwt nyaa/baák
seẽ jo chả am kawm

r more on medical needs, see **health,** page 175.

alking with children

trò chuyện với trẻ em

hat's your name?
Tên cháu là gì?
den jów laà zeè

ow old are you?
Cháu bao nhiêu tuổi?
jów bow nyee·oo dỏy

hen's your birthday?
Khi nào là sinh nhật
của cháu?
kee nòw laà sing nyụht
ğoỏ·uh jóh

o you go to school?
Cháu đã đi học chưa?
jóh đaã đẹe họp juhr·uh

hat grade are you in?
Cháu học lớp mấy?
jóh họp lérp máy

o you learn English?
Cháu có học tiếng
Anh không?
jóh ğó họp dee·úhng
aang kawm

hat do you do after school?
Cháu thường làm gì
sau khi đi học về?
jóh tuhr·èrng laàm zeè
soh kee đẹe họp vè

o you like (sport)?
Cháu có thích (thể thao)
không?
jóh ğó tík (tẻ tow)
kawm

talking about children

When's the baby due?
Khi nào sinh con? — kee nòw sing ğon

What are you going to call the baby?
Bạn sẽ đặt tên con là gì? — baạn sả đụht den ğon laà ze

Is this your first child?
Đây có phải là con đầu lòng không? — đay ğó faỉ laà ğon đòh lòm kawm

How many children do you have?
Bạn muốn có mấy con? — baạn moo·úhn ğó máy ğon

What a beautiful child!
Đứa trẻ xinh quá! — đuhr.úh chẻ sing ğwaá

Is it a boy or a girl?
Đó là con trai hay con gái? — đó laà ğon chai hay ğon ğaí

What's his/her name?
Tên cậu/cô bé là gì? — dan ğọh/ğaw bá laà zeè

How old is he/she?
Cậu/Cô bé bao nhiêu tuổi? — ğọh/ğaw bá bow nyee.oo đoỏ·ee

Does he/she go to school?
Cậu/Cô bé có đi học không? — ğọh/ğaw bá ğó đee họp kawm

He/She ..	*Cậu/Cô bé ...*	ğọh/ğaw bá ...
has your eyes	*có mắt giống bạn*	ğó múht záwm baạn
looks like you	*trông có giống bạn*	chawm ğó záwm baạn

basics

cơ bản

Yes.	*Dạ.*	zaạ/yaạ Ⓝ/Ⓢ
No.	*Không.*	kawm
Please.	*Xin.*	sin
Thank you	*Cảm ơn*	ğaàm ern
(very much)	*(rất nhiều)*	(zúht nyee.oò)
You're welcome.	*Không có gì.*	kawm ğó zeè
Excuse me.	*Xin lỗi.*	sin lõy
Sorry.	*Xin lỗi.*	sin lõy

For more on expressing agreement or confirmation, see the box **just don't say no**, page 110.

---

no thanks

The words 'please' and 'thank you' aren't used as often as you might expect, so don't be offended if you don't hear them - the sentiment will still be there.

---

greetings & goodbyes

lời chào hỏi & lời chia tay

When meeting older or respected people bow your head slightly and take off your hat. The traditional form of greeting - pressing your hands together in front of your body and bowing slightly - is still used by Buddhist monks and nuns and it's polite to respond the same way.

Hello.	*Xin chào.*	sin jòw
Hi.	*Chào.*	jòw

Good ...	Chào buổi ...	jòw boỏ.ee ...
afternoon	chiều	jee.oò
day	trưa	chuhr.uh
evening	tối	dóy
morning	sáng	saáng

How are you?
Bạn khỏe không? — baạn kwả kawm

Fine. And you?
Khỏe. Còn bạn thì sao? — kwả ğòn baạn teè sow

What's your name?
Tên bạn là gì? — den baạn laà zeè

My name is ...
Tên tôi là ... — den doy laà...

I'm pleased to meet you.
Tôi rất vui được — doy zúht voo·ee đuhr·ẹrk
gặp bạn. — guhp baạn

I'd like to introduce you to ...
Tôi muốn giới thiệu — doy moo·úhn zer·eé tee·oọ
bạn với ... — baạn ver·eé ...

This is my ...	Đây là ... của tôi	đay laà ... ğoỏ·uh doy
child	con	ğon
colleague	đồng nghiệp	đàwm ngyee·ụhp
friend	bạn	baạn
husband	chồng	jòm
partner	tình nhân	dìng nyuhn
(intimate)		
wife	vợ	vẹr

For more kinship terms, see **family**, page 103.

See you later.	Hẹn gặp lại.	haạn guhp laị
Goodbye.	Tạm biệt.	daạm bee·ụht
Bye	Chào nhé.	jòw nyá
Good night.	Chúc ngủ ngon.	júp ngoỏ ngon
Bon voyage!	Chúc thượng	júp tuhr·ẹrng
	lộ bình an!	lạw bing aan

addressing people

When addressing someone, the Vietnamese use a title before the person's first name. It varies according to age, gender and the relationship with that person - we're given the most common ones in the box below. Formal terms equivalent to 'Mr' or 'Mrs' in English are only used on first meeting someone or when addressing an elderly person. For some informal terms of address, see **romance** and the box **who do you love,** page 121. You can also find some more information on Vietnamese names in the box **what's in a name?**, page 68.

Mr	Ông	awm
Mrs	Bà	baà
Miss	Cô	ğaw

title case

anh	aang	males a little older than you
bà	baà	females older than your parents
bác	baák	females and males older than your parents
cháu	jóh	male or female young enough to be your children or grandchildren
chị	jeẹ	females a little older than you
em	am	females & males younger than you (children & teenagers only)
ông	awm	males older than your parents

making conversation

What a beautiful day!
    Hôm này đẹp trời thế!   hawm này đạp cher.eè té
That's (beautiful), isn't it!
    Cái đó (đẹp) lắm, phải không?   ğaí đó (đạp) lúhm faị kawm

Nice/Awful weather, isn't it?
Thời tiếp đẹp/xấu,   ter·eè dee·úht đạp/sóh
phải không?   faj kawm

What's this called?
Cái này gọi là gì?   ğaí này gọi laà zeè

Where are you going?
Bạn đi đâu thế?   baạn đee đoh té

What are you doing?
Bạn đang làm gì đấy?   baạn đaang laàm zeè đáy

Can I take a photo (of you)?
Tôi có thể chụp ảnh   doy ǧó tẻ jụp ảng
(bạn) được không?   (baạn) đuhr·ẹrk kawm

Do you live here?
Bạn sống ở đây không?   baạn sáwm ẻr đay kawm

Do you like it here?
Bạn có thích ở đây không?   baạn ǧó tík ẻr đay kawm

I love it here.
Tôi ở đây thích lắm.   doy ẻr đay tík lúhm

How long are you here for?
Bạn định ở đây bao   baạn địng ẻr đay bow
nhiêu lâu?   nyee·oo loh

I'm here for (four) weeks/days.
Tôi định ở đây (bốn)   doy địng ẻr đay (báwn)
tuần/ngày.   dwùhn/ngày

Are you here on holiday?
Bạn đang nghỉ ở đây   baạn đaang ngyeẻ ẻr đay
phải không?   faj kawm

I'm here ...	*Tôi đang đi...*	doy đaang đee ..
for a holiday	*nghỉ*	ngyeẻ
on business	*làm*	laàm
to study	*học*	họp

Hey!	*Này!*	này
Great!	*Tuyệt!*	dwee·uht
Sure.	*Được.*	đuhr·erk
Maybe.	*Có thể.*	ğó tẻ
No way!	*Không được đâu!*	kawm đuhr·erk đoh
Just joking.	*Chỉ đùa thôi.*	jeẻ đoo·uh toy
Just a minute.	*Chỉ một phút thôi.*	jeẻ mạwt fút toy
It's OK.	*Được rồi.*	đuhr·erk zòy
No problem.	*Không sao.*	kawm sow

nationalities

quốc tịch

Where are you from?	*Bạn là người nước nào?*	baạn laà nguhr·eè nuhr·érk nòw
'm from ...	*Tôi là người ...*	doy laà nguhr·eè ...
Australia	*Úc*	úp
Canada	*Canada*	ğaa·naa·đaa
England	*Anh*	aang
New Zealand	*Tân Tây Lan*	duhn day laan
the USA	*Mỹ*	meẽ

age

tuổi

How old ...?	*... bao nhiêu tuổi?*	... bow nyee·oo dỏy
are you	*Bạn*	baạn
is your daughter	*Con gái của bạn*	ğon gaí ğoỏ·uh baạn
is your son	*Con trai của bạn*	ğon chai ğoỏ·uh baạn

I'm ... years old
Tôi ... tuổi   doy ... dỏy

My son/daughter is ... years old.
Con trai/gái của tôi ...   ğon chai/ğaí ğoỏ.uh doy ...
tuổi   dỏy

Too old!
Quá già!   waá zaà

I'm younger than I look.
Tôi trẻ hơn so với   doy chẻ hern so ver.eé
bề ngoài.   bè ngwai

For your age, see **number & amounts**, page 35.

occupations & studies

nghề nghiệp & học vấn

What's your occupation?	Bạn làm nghề gì?	bạan laàm ngyè zeè
I'm a ...	Tôi là ...	doy laà ...
chef	đầu bếp	đòh bép
doctor	bác sĩ	baák seẽ
farmer	nông dân	nawm zuhn
journalist	nhà báo	nyaà bów
teacher	giáo viên	zów vee·uhn
I work in ...	Tôi làm trong ...	doy laàm chom ...
administration	bộ phận	bọw fụhn
	hành chính	naàng jíng
health	y tế	ee dé
sales &	bán hàng và	baán haàng vaà
marketing	tiếp thị	dee·úhp teẹ
I'm ...	Tôi ...	doy ...
retired	đã về hưu	đaã vè huhr·oo
self-employed	là doanh	laà zwaang
	nghiệp tư	ngyee·ụhp duhr
	nhân	nyuhn
unemployed	thất nghiệp	túht ngyee·ụhp

What are you studying?	Bạn đang học cái gì?	baạn đaang họp ğaí zeè
I'm studying ...	Tôi đang học ...	doy đaang họp ...
humanities	nhân chủng học	nyuhn jủm họp
science	khoa học	kwaa họp
Vietnamese	tiếng Việt	dee·úhng vee·ụht

family

gia đình

Do you have a ...?	Bạn có ... không?	baạn ğó ... kawm
I (don't) have a ...	Tôi (không) có ...	doy (kawm) ğó ...
brother (older)	anh trai	ang chai
brother (younger)	em trai	am chai
daughter	con gái	ğon ğaí
family	gia đình	zaa đìng
husband	chồng	jàwm
partner (intimate)	tình nhân	dìng nyuhn
sister (older)	chị	jeẹ
sister (younger)	chị gái	am gaí
son	con trai	ğon chai
wife	vợ	veợ

Are you married?

Bạn lập gia đình chưa? baạn lụhp zaa đìng juhr·uh

I live with someone.

Tôi đang sống với một người. doy đaang sóm ver·eé mạwt nguhr·eè

I'm ...	Tôi ...	doy ...
married	đã lập gia đình	đaã lụhp zaa đìng
separated	đã chia tay	đaã jee·uh day
single	độc thân	đạwp tuhn

For more family members, see the **dictionary**.

farewells

Tomorrow is my last day here.

   Ngày mai là ngày cuối   ngày mai laà ngày ǧoo·eé
   cùng của tôi ở đây.   ǧùm ǧoỏ·uh doy ẻr đay

If you come to (Ireland) you can stay with me.

   Nếu bạn đến (Ái-len)   ne.oó bạn đén (aí.laan)
   bạn có thể ở với tôi.   bạn ǧó tẻ ẻr ver·eé doy

Keep in touch!

   Giữ liên lạc nhé!   zũhr.lee.uhn lạạk nyá

It's been great meeting you.

   Thật vui được gặp bạn.   tụht voo·ee đuhr·ẹrk gụhp bạn

Here's my ...	*Đây là ... của tôi*	đay laà ... ǧoỏ·uh doy
(email) address	*địa chỉ (email)*	đẹẹ·uh jeẻ (ee·mayl)
phone number	*số điện thoại*	sáw đee·ụhn twại

What's your ...?	*... của bạn là gì?*	... ǧoỏ·uh bạn laà zeẻ
(email) address	*Địa chỉ (email)*	đẹẹ·uh jeẻ (ee·mayl)
phone number	*Số điện thoại*	sáw đee·ụhn twại

well-wishing

Bon voyage!	*Chúc thượng lộ bình an!*	júp tuhr.ẹrng lạw bình aan
Congratulations!	*Xin chúc mừng!*	sin júp mùhrng
Good luck!	*Chúc may mắn!*	júp may múhn
Happy Birthday!	*Chúc sinh nhật vui vẻ!*	júp sing nyụht voo.ee vả
Happy Lunar New Year!	*Chúc mừng tết vui!*	júp mùhrng dét voo.ee
Happy New Year!	*Chúc mừng năm mới!*	júp mùhrng nuhm mer.eé
Merry Christmast!	*Chúc giáng sinh vui vẻ!*	júp zaáng sing voo.ee vả

common interests

sở thích chung

What do you in your spare time
Khi bạn có thời gian   kee bạan ǵó ter·eẻ zaan
rỗi bạn thường làm gì?   zõy bạan tuhr·èrng laàm zeẻ

Do you like ...?	*Bạn có thích*	bạan ǵó tík
	... không?	... kawm
I (don't) like ...	*Tôi (không)*	doy (kawm)
	thích ...	tík ...
buffalo fighting	*chọi trâu*	jọy choh
cockfighting	*chọi gà*	jọy gaà
computer	*trò chơi*	chò jer·ee
games	*điện tử*	đee·uhn dửhr
cooking	*nấu ăn*	nóh uhn
dancing	*khiêu vũ*	kee·oo voõ
drawing	*vẽ*	vã
films	*xem phim*	sam feem
gardening	*làm vườn*	laàm vuhr·èrn
hiking	*đi bộ*	đee bạw
	đường dài	đuhr·èrng zaì
karaoke	*hát karaoke*	haát ǵaa·raa·o·ǵe
music	*nghe nhạc*	ngya nyaạk
painting	*hội họa*	họy hwaạ
photography	*chụp ảnh*	jụp ảng
reading	*đọc sách*	đọp saák
shopping	*đi mua sắm*	đee moo·uh súhm
socialising	*giao tiếp*	sow dee·úhp
sport	*chơi thể thao*	jer·ee tẻ tow
surfing the Internet	*tìm trang web*	dìm chaang web
travelling	*đi du lịch*	đee zoo lịk
water.puppet	*xem múa rối*	sam moo·ủh zóy
theatre		

or sporting activities, see **sport**, page 131.

music

Do you ...?	Bạn có... không?	baan ğó ... kawm
dance	biết khiêu vũ	bee·úht kee·oo voõ
go to concerts	hay đi nghe nhạc	hay đee ngya nyaạk
listen to music	nghe nhạc	ngya nyaạk
play an instruments	chơi nhạc	jer·eé nyaạk
sing	biết hát	bee·úht haát
What ... do you like?	Bạn thích những ... nào?	baan tík nyũhrng ... nòw
bands	ban nhạc	baan nyaạk
music	dòng nhạc	zòm nyaạk
singers	ca sĩ	ğaa seẽ
classical music	nhạc cổ điển	nyaạk ğảw đeẻ·uhn
electronic music	nhạc điện tử	nyaạk đee·ụhn đủhr
traditional Vietnamese music	nhạc cổ truyền Việt Nam	nyaạk ğảw chwee·ùhn vee·ụht naam
world music	nhạc quốc tế	nyaạk ğwók dé

Planning to go to a concert? See tickets, page 44, and **going out**, page 115.

---

poetic hat

The Vietnamese trademark, the conical hat (cái nón ğaí nón), is a very practical item - women all over the country wear it to protect their faces from the sun, but it also serves as an umbrella in the rain.

However, there's a poetic side to it as well - the hats made in the Hue region, known as nón bài thơ nón bài ter (lit: poem hat), have proverbs or poetry inscribed inside the brim, visible only when the hat is held up to the light and viewed from inside.

cinema & theatre

điện ảnh & kịch nghệ

I feel like going to a ...	Tôi muốn đi xem ...	doy moo·úhn đee sam ...
Did you like the ...?	Bạn có thích ... không?	bạn gó tík ... kawm
ballet	vũ ba lê	voõ baa le
film	bộ fim	bạw feem
play	vở kịch	vẻr ğik
I thought it was ...	Tôi cho rằng nó ...	doy jo zùhng nó ...
boring	chán	jaán
excellent	tuyệt vời	dwee·ụht ver·eè
long	quá dài	ğwaá zai
OK	cũng được thôi	ğúm đuh·ẹrk toy
What's showing at the ... tonight?	Tối này có gì ở ... không?	dóy này ğó zeè ẻr ... kawm
cinema	rạp chiếu bóng	zaạp chee·oó bóm
theatre	rạp hát	zaạp haát

Is it in English?
Có tiếng Anh không? ğó đee·úhng ang kawm

Does it have (English) subtitles?
Có phụ đề (tiếng Anh) không? ğó foọ đè (đee·úhng ang) kawm

Have you seen ...?
Bạn đã xem ... chưa? bạn đaã sam ...juhr·uh

Who's in it?
Có những diễn viên nào? ğó nyũhrng zeẽ·uhn vee·uhn nòw

It stars ..
Những diễn viên chính là ... nyũhrng zeẽ·uhn vee·uhn jíng laà...

Is this seat taken?
Chỗ này có người ở không? jãw này ğó nguhr·eẻ ẻr kawm

Do you like ...?	Bạn có thích fim ... không?	bạan ğó tík feem ... kawm
I (don't) like ...	Tôi (không) thích fim ...	doy (kawm) tík feem ...
action movies	hành động	haàng đạwm
animated films	hoạt hình	hwaạt hìng
(Vietnamese) cinema	điện ảnh (Việt Nam)	đee·uhn ảng (vee·ụht naam)
comedies	hài	hai
documentaries	tài liệu	dài lee·oọ
drama	chính kịch	jíng ğik
horror movies	rùng rợn	zùm zẹrn
sci.fi	khoa học viễn tưởng	kwaa họp veẽ·uhn dủhr·erng
short films	ngắn	ngúhn
thrillers	giật gân	zaạt guhn
war movies	chiến tranh	jee·úhn chaan

the animal in you

In the Vietnamese lunar calendar, years are represented by one of the 12 animals of the zodiac (listed below), and the cycle is repeated every 12 years. To find out someone's zodiac sign (based on the year of birth), just ask:

What animal are you?

    Bạn tuổi con gì?   bạan doỏ.ee ğon zeè

Rat	Tý	deé
Buffalo	Sửu	sủhr.oo
Tiger	Dần	zùhn
Cat	Mẹo	may.oọ
Dragon	Thìn	tìn
Snake	Tỵ	dee
Horse	Ngọ	ngo
Goat	Mùi	moo.eè
Monkey	Thân	tuhn
Rooster	Dậu	zọh
Dog	Tuất	dwúht
Pig	Hợi	her.eẹ

feeling

cảm giác

Are you ...?	Bạn có thấy ... không?	bạan ğó tấy ... kawm
I'm (not) ...	Tôi (không) thấy...	doy (kawm) tấy ...
cold	lạnh	laạng
disappointed	thất vọng	túht vọm
embarrassed	xấu hổ	sóh hảw
happy	vui	voo·ee
hot	nóng	nóm
hungry	đói	đóy
in a hurry	vội	vọy
OK	khỏe	kwả
sad	buồn	boo·ùhn
surprised	ngạc nhiên	ngạk nyee·uhn
thirsty	khát nước	kaát nuhr·érk
tired	mệt mỏi	mẹt mỏy
worried	lo lắng	lo lúhng

If you're feeling unwell, see **health**, page 175.

mixed feelings

a little	hơi	her.ee
I'm a little confused.	Tôi thấy hơi lộn xộn.	doy tấy her.ee lạwn sạwn
extremely	vô cùng	vaw ğùm
I'm extremely sorry.	Tôi vô cùng xin lỗi	doy vaw ğùm sin lõy
very	rất	zúht
I feel very lucky.	Tôi thấy mình rất may mắn	doy tấy mìng zúht may múhn

opinions

quan điểm

Did you like it?
Bạn có thích nó không? — bạạn ğỏ tík nó kawm

What do you think of it?
Bạn thấy nó như thế nào? — bạạn táy nỏ nyuhr té nòw

I thought it was ...	*Tôi nghĩ nó ...*	doy ngyeẻ nó ...
It's ...	*Nó ...*	nó ...
awful	*tồi tệ*	dòy dẹ
beautiful	*đẹp*	đạp
boring	*chán*	chaán
(too) expensive	*(quá) tốn kém*	(ğwaá) dáwn ğám
great	*tuyệt vời*	dwee·ụht ver·eè
interesting	*hay*	hay
OK	*cũng được*	ğùm đuhr·ẹrk
strange	*lạ*	laạ

just don't say no

There are several ways of saying 'yes' in Vietnamese. The formal 'yes', particularly in the north, is *dạ, vâng* zaạ vuhng. It shows approval and is a polite way to answer a question - when dealing with officials, for example. Wherever you are, if the answer you'll give is 'no' but you want to be very polite, you can begin your response with *dạ* zaạ/yaạ Ⓝ/Ⓢ before going on to disagree!

Both *phải* faỉ (lit: right/correct) and *đúng* đúm (lit: exact/true) can be used to express agreement or confirmation with little difference in meaning.

Có ğó (lit: have) is used as 'yes' with 'have' questions and *được* đuhr·ẹrk (lik: can) with 'can' questions. Most other verbs used in questions are commonly repeated in answers instead of saying 'yes'. For more on questions and answers, see the **phrasebuilder,** page 25.

politics & social issues

chính trị & các vấn đề xã hội

Who do you vote for?
Bạn thường bầu cho ai?   bạạn tuhr.èrng bòh jo ai

support the	Tôi ủng	doy ủm
.. party	hộ đảng ...	hạw đảng ...
I'm a member	Tôi là đảng	doy laà đảng
of the ... party.	viên của	vee.uhn ğoỏ.uh
	đảng ...	đaảng ...
communist	cộng sản	ğawm saản
conservative	bảo thủ	bỏw toỏ
democratic	dân chủ	zuhn choỏ
green	xanh	saang
liberal	tự do	dụhr zo
social	dân chủ	zuhn choỏ
democratic	xã hội	saã họy
socialis	xã hội	saã họy

Did you hear about ...?
Bạn đã nghe về ... chưa?   bạạn đaã ngya vè ... juhr·uh

Do you agree with it?
Bạn có đồng ý với   bạạn ğó đàwm eé ver·eé
cái đó không?   ğaí đó kawm

I (don't) agree with ...
Tôi (không) đồng ý với ...   doy (kawm) đàwm eé ver·eé ...

How do you people feel about ...?
Người ta cảm thấy   nguhr·eè daa ğaảm táy
thế nào về ...?   té nòw vè ...

How can we support ...?
Chúng tôi có thể ủng   júm doy ğó tẻ ủm
hộ ... như thế nào?   hạw ... nyuhr té nòw

abortion	*nạn phá thai*	naạn faá tai
animal rights	*quyền lợi*	ğwee.ùhn ler·eẹ
	của động vật	ğoỏ·uh dạwm vụht
black market	*nạn chợ đen*	naạn jer̃ đan
bureaucracy	*nạn quan liêu*	naạn ğwaan lee·oo
corruption	*nạn tham nhũng*	naạn taam nyũm
crime	*nạn tội phạm*	naạn dọy faạm
discrimination	*nạn phân biệt*	naạn fuhn bee·ụht
	đối xử	đóy gủhr
drugs	*nạn ma túy*	naạn maa dweé
the economy	*nền kinh tế*	nèn ğing dé
education	*nền giáo dục*	nèn zów zụp
equal	*sự bình đẳng*	sụhr bing đủhng
opportunity	*về cơ hội*	vè ğer họy
euthanasia	*sự gây chết*	sụhr gay jét
	không đau đớn	kawm đoh đér̃n
globalisation	*sự toàn cầu hóa*	sụhr dwaàn ğòh hwaá
human rights	*vấn đề nhân*	vúhn đè nyuhp
	quyền	ğwee·ùhn
immigration	*vấn đề nhập cư*	vúhn đè nyụhp ğuhr
indigenous issues	*dân tộc thiểu số*	zuhn dọp teẻ·oo sáw
inequality	*sự không bình*	sụhr kawm bing
	đẳng	đủhng
land mines	*mìn nổ*	mìn nảw
paedophilia	*nạn lạm dụng*	naạn laạm zụm
	tình dục trẻ em	dìng zụp chả am
party politics	*vấn đề tinh thần*	vúhn đè ding tùhn
	đảng phái	daảng faí
poverty	*nạn nghèo đói*	naạn ngyay·oò đóy
privatisation	*sự tư nhân hóa*	sụhr duhr nyuhn hwaá
prostitution	*nạn mại dâm*	naạn maị zuhm
racism	*nạn phân biệt*	naạn fuhn bee·ụht
	chủng tộc	jủm dạwp
sexism	*nạn thành kiến*	naạn taàng ğee·úhn
	giới tính	zer·eé díng
social welfare	*phúc lợi xã hội*	fúp ler·eẹ saã họy
terrorism	*nạn khủng bố*	naạn kủm báw
unemployment	*nạn thất nghiệp*	naạn túht ngyee·ụhp
the war in ...	*chiến tranh ...*	jee·úhn chaang ...
war veterans	*cựu chiến binh*	ğuhr·oọ jee·úhn bing

Many Vietnamese proverbs are about food - figuratively,
of course. Here are some examples:

Not to see the wood for the trees.

Tham bát bỏ mâm.   taam baát bỏ muhm
(lit: to crave the rice but forget
the whole table of food)

Better an open enemy than a false friend.

Ăn mặn nói ngay.   uhn mụhn nóy·ngay
còn hỏn ăn chay nói dối.   gòn hỏn uhn jay nóy zóy
(lit: better to eat meat and tell the truth
than to eat vegatables and tell lies)

he environment

vấn đề về môi trường

s this a	... này có được	... này gó đuhr·ẹrk
rotected ...?	*bảo vệ không?*	bỏw vẹ kawm
forest	*Rừng*	zùhrng
park	*Vườn quốc gia*	vuhr·èrn ğwawk zaa
species	*Loài động vật*	lwai đạwm vụht

there a ... problem here?

Có gặp vấn đề về ...   gó gụhp vúhn đè vè ... .
ở đây không?   ẻr đay kawm

hat should be done about ...?

Người ta nên giải quyết   nguhr·eè da nen zaî ğwee·úht
vấn đề ... như thế nào?   vúhn đè ... nyuhr táy nòw

conservation	bảo vệ bảo tồn môi trường	bỏw vẹ bỏw dàwn moy chuhr.èrng
deforestation	phá rừng	faá zùhrng
drought	hạn hán	haạn haán
ecosystem	hệ sinh thái	hẹ sing taí
ecotourism	du lịch sinh thái	zoo lịk sing taí
endangered species	những loài động vậy quý hiếm	nyũhrng lwaì đạwm vụht ǧweé hee.úhm
the environment	vấn đề môi trường	vúhn đè moy chuhr.èrng
erosion	xói mòn của đất	sóy mòn ǧoỏ.uh đúht
flooding	nạn lũ lụt	naạn loõ lụt
genetically modified food	thực phẩm thay đổi gen	tụhrk fủhm tay đỏy jen
global warming	sự hâm nóng toàn cầu	sụhr huhm nóm dwaàn ǧòw
herbicide	thuốc diệt cỏ	too.úhk zee.ụht ǧỏ
hunting	nạn săn bắt	naạn suhn búht
hydroelectricity	thủy điện	tweẻ đee.ụhn
irrigation	thủy lợi	tweẻ ler.eẹ
land mines	mìn sát thương	min saá tuhr.erng
napalm	bom napan	bom naa.paan
nuclear energy	năng lượng hạt nhân	nuhng luhr.ẹrng haạt nyuhn
nuclear testing	thử vũ khí hạt nhân	tủhr voõ keé haạt nyuhn
overfishing	đánh cá quá mức	đaáng ǧaá ǧwaá múhrk
ozone layer	tầng ozôn	dùhng o.zawn
pesticides	thuốc trừ sâu	too.úhk chùhr soh
pollution	ô nhiễm môi trường	aw nyee.ũhm moy chùhr.èrng
recycling programme	chương trình tái chế	juhr.erng chìng dai jé
reforestation	tái lập rừng	đai lụp zùhrng
toxic waste	chất độc hại	júht đọp haị
water supply	nguồn nước uống	ngoo.ùhn nuhr.érk oo.úhng

SOCIAL

114

where to go

đi đâu

What's there to do in the evenings?
Có chỗ nào để đi chơi   ğó jõ nòw đẻ đee jer·ee
vào buổi tối ở đây không?   vòw boỏ.ee dóy ẻr day kawm

Do you know a good restaurant?
Bạn có biết nhà hàng   bạan ğó bee·úht nyaà haàng
nào ngon không?   nòw ngon kawm

What's on ...?	*Có cái gì hay*	ğó ğaí zeè ťay
	... không?	... kawm
locally	*gần đây*	gùhn đay
this weekend	*cuối tuần này*	ğoo·eé dwùhn này
today	*hôm nay*	hawm nay
tonight	*tối nay*	dóy nay
Where can I	*Tôi có thể tìm*	doy ğó tẻ dim
find ...?	*các ... ở đâu?*	kaák ... ẻr đoh
clubs	*vũ trường*	voõ chuhr·èrng
gay venues	*quán mà giới*	ğwaán maà zer·eé
	đồng tính	đàwm díng
	hay đến	hay đén
places to eat	*quán ăn ngon*	ğwaán uhn ngon
pubs	*quán rượu*	ğwaán zee·oọ
Is there a local	*Có quyển sách*	ğó ğweẻ·en sák
... guide?	*nào hướng dẫn*	nòw huhr·érng zũhn
	các ... của	kaák ... ğoỏ·uh
	nơi này không?	ner·ee này kawm
entertainment	*chỗ giải trí*	jõ zaỉ cheé
film	*phim*	feem
gay	*nơi của*	ner·ee ğoỏ·uh
	giới đồng tính	zer·eé đàwm díng
music	*nơi nghe nhạc*	ner·ee ngye nyaak

I feel like going to a ...	Tôi muốn đi ...	doy moo·úhn đee ...
ballet	xem balê	sam ba-le
bar	đến quán bar	đén ğwaán baa
café	đến quán càfê	đén ğwaán ğaà·fe
concert	nghe hòa nhạc	ngye hwaà nyaạk
film	xem phim	sam feem
karaoke bar	hát karaoke	haát ğaa·raa·o·ğe
nightclub	đến câu lạc bộ đêm	đén ğoh laạk baạw đem
party	dự tiệc	zụhr đee·ụhk
performance	xem trình diễn	sam chìng zeẽ·uhn
play	xem kịch	sam ğịk
pub	đến quán rượu	đén ğwaán zee·oọ
restaurant	đến nhà hàng	đén nyaà haàng
water-puppet theatre	xem múa rối	sam moo·úh zóy

For more on bars and drinks, see **romance**, page 119, and eating out, page 149.

invitations

lời mời

What are you doing ...?	Bạn làm gì ...?	baạn laàm zeè ...
now	bây giờ	bay zèr
this weekend	vào cuối tuần	vòw ğoo.eé dwùhn
tonight	vào tối nay	vòw đóy nay
Would you like to go (for a) ...?	Bạn có muốn đi ... không?	baạn ğó moo·úhn đee ... kawm
coffee	uống cà phê	oo·úhng ğaà fe
dancing	khiêu vũ	kee·oo voõ
drink	uống rượu	oo·úhng zee·oọ
meal	ăn	uhn
out somewhere	chơi	jer·ee
walk	dạo	zọw

Do you want to come to the concert with me?
Bạn có muốn nghe hòa nhạc với tôi không?
bạan ğó moo·úhn ngye hwaà nyaạk ver·eé doy kawm

We're having a party.
Chúng tôi sẽ làm việc.
júm doy sã laàm dee.uhk

You should come.
Mời bạn đến dự.
mer·eè bạan đén zụhr

responding to invitations

đáp lại lời mời

Yes, I'd love to.
Vâng, tôi rất muốn.
vuhng doy zúht moo·úhn

That's very kind of you.
Bạn thật tốt bụng
bạan tụht dáwt bụm

No, I'm afraid I can't.
Không, tôi e rằng tôi không thể.
kawm doy a zùhng doy kawm tảy

What about tomorrow?
Còn ngày mai thì sao?
ğòn ngày mai teè sow

Sorry, I can't sing/dance.
Xin lỗi, tôi không biết hát/nhảy
sin lõy doy kawm bee.úht haát/nyảy

arranging to meet

thu xếp để gặp gỡ

What time will we meet?
Mấy giờ chúng ta sẽ gặp nhau?
máy zèr chúm daa sã gụhp nyoh

Where will we meet?
Chúng ta sẽ gặp nhau ở đâu?
chúm daa sã gụhp nyoh ẻr đoh

Let's meet at ...	*Hãy gặp nhau ...*	hảy gụhp nyoh ...
(eight) o'clock	*vào lúc (tám) giờ*	vòw lúp (daám) zèr
the entrance	*tại cửa*	dại ğủhr·uh

I'll pick you up.
  Tôi sẽ đón bạn   doy sã đón baạn
I'll see you then.
  Hẹn bạn sau.   hạn baạn soh
I'm looking forward to it.
  Tôi mong gặp lại bạn.   doy mom gụhp laị baạn
Are you ready?
  Bạn chuẩn bị xong chưa?   baạn jủ·uhn beẹ som juhr.uh
I'm ready.
  Tôi chuẩn bị xong rồi.   doy jủ·uhn beẹ som zòy
Sorry I'm late.
  Xin lỗi, tôi đến muộn.   sin lõy doy đén moo·uhn
Never mind.
  Không sao   kawm sow

drugs

ma túy

Do you want to have a smoke?
  Bạn có muốn hút không?   baạn ğó moo·úhn hút kawm
Do you have a light?
  Bạn có bật lửa không?   baạn ğó bụht lửhr·uh kawm
I don't take drugs.
  Tôi không dụng ma túy   doy kawm zụm maa dweé
I take ... occasionally.
  Thi thoảng tôi dùng ...   tee twaảng doy zùm ...
I'm high.
  Tao phê lắm rồi.   dow fe lúhm zòy

If the police are talking to you about drugs, see **police**, page 172.

SOCIAL

this chapter, we've used the correct pronoun appropriate for the
context (whereas most of the book use neutral forms). Where gender-
specific forms have been used, they're marked as m (male) and f
(female). For more on pronouns, see the phrasebuilder, page 23.

asking someone out

rủ ai đó đi chơi

Where would you like to go (tonight)?

Bạn muốn đi đâu	bạan moo.úhn đee đoh
(tối này)?	(dóy này)

Would you like to do something (tomorrow)?

Bạn có muốn đi chơi	bạan ǧó moo.úhn đee jer.ee
(ngày mai) không?	(ngày mai) kawm

Yes, I'd love to.

Có, tôi rất muốn.	ǧó, doy zúht moo.úhn

Sorry, I can't.

Xin lỗi, tôi không thể.	sin lõy doy kawm tẩy

local talk

He/She is a babe.

Anh/Cô ấy đẹp dã man.   aang/ǧaw áy đạp zaã maan

He/She is hot.

Anh/Cô ấy gợi cảm thế.   aang/ǧaw áy ger·eẹ ǧaảm táy

He's a bastard.

Thằng ấy khốn nạn.   tùhng áy káwm nạan

She's a bitch.

Con ấy chó chết.   ǧon áy jó jét

He/She gets around.

Anh/Cô ấy sở khanh.   aang/ǧaw áy sẻr kaang

pick-up lines

Would you like a drink?
Bạn có muốn uống · baạn ğó moo·úhng oo·úhng
gì không? · zeè kawm
You look like someone I know.
Bạn trông quen thế. · baạn chawm ğwan táy
You're a fantastic dancer.
Bạn nhảy rất đẹp. · baạn nyẩy zúht đạp

Can I ...?	*Tôi có thể ...*	doy ğó tẻ ...
	không?	kawm
dance with you	*nhảy với bạn*	nyẩy ver·eé baạn
sit here	*ngồi đây*	ngòy đay
take you home	*đưa bạn về*	đuhr·uh baạn vè
	nhà	nyaà

rejections

No, thank you.
Không, cám ơn. · kawm ğaám ern
I'd rather not.
Tôi không muốn thế. · doy kawm moo·úhn táy
I'm here with my girlfriend/boyfriend.
Tôi đến đây với · doy đén đay ver·eé
bạn gái/trai của tôi · baạn gái/chai ğoỏ·uh doy

local talk

| **Leave me alone!** | *Buông tha tôi ra!* | boo·uhng taa doy raa |
| **Piss off!** | *Cút đi!* | ğút đee |

getting closer

You're great.

Anh/Em thật tuyệt *m/f* ... aang/am tuht dwee·uht
vời. ver·eè

I like you very much. (man saying)

Anh thích em lắm ... aang tík am lúhm

I like you very much. (woman saying)

Em thích anh lắm ... am tík aang lúhm

Can I kiss you? (man asking)

Anh có thể hôn ... aang ğó tẻ hawn
em được không? ... am dụhr·ẹrk kawm

Can I kiss you? (woman saying)

Em có thể hôn ... am ğó tẻ hawn
anh được không? ... aang dụhr·ẹrk kawm

Do you want to come inside for a while?

Anh/Em có muốn vào ... aang/am ğó moo·úhn vòw
trong nhà một lát ... chom nyaà mạwt laát
được không? *m/f* ... dụhr·ẹrk kawm

Do you want a massage?

Anh/Em có muốn ... aang/am ğó moo·úhn
mát-xa không? *m/f* ... maát·saa kawm

who do you love

In this book, we've generally used the neutral pronoun for 'you',
but in everyday speech, the age and gender appropriate pronoun
would be used. Talking about love is one context that definitely
requires perfect delivery, so to express your love to another, you'll
need to use the correct pronoun:

I love you.

(man saying) ... Anh yêu em. ... aang ee·oo am

I love you.

(woman saying) ... Em yêu anh. ... am ee·oo aang

sex

Kiss me.
Hôn anh/em đi. m/f hawn aang/am đee
I want you. (man saying)
Anh muốn em. aang moo·úhn am
I want you. (woman saying)
Em muốn anh. am moo·úhn aang
Let's go to bed.
Chúng ta lên giường đi. júm daa len zuhr·èrng đee
Touch me here.
Anh/Em sờ vào đây. m/f aang/am sèr vòw đay
Do you like this?
Anh/Em có thích không? m/f aang/am ǧó tík kawm
I (don't like that.
Anh/Em (không) aang/am (kawm)
thích lắm. m/f tík lúhm

I think we should stop now.
Anh/Em nghĩ chúng ta aang/am ngyeẽ júm daa
nên dừng lại bây giờ. m/f nen zùhrng lại bay zèr
Do you have a (condom)?
Anh/Em có (bao cao su) aang/am ǧó (bow ǧow soo)
không? m/f kawm
Let's use a (condom).
Chúng ta nên dùng júm daa nen zùm
(bao cao su). (bow ǧow soo)
I won't do it without protection.
Anh/Em sẽ không làm aang/a sã kawm laàm
chuyện này nếu không chwee·ụhn này nay·oó kawm
có biện pháp bảo vệ. m/f ǧó bee·ụhn faáp bỏw vẹ

It's my first time.

Đây là lần đầu tiên	đay laà lùhn đòh dee·uhn	
của anh/em. m/f	ğoỏ.uh aang/am	

Don't worry, I'll, I'll do it myself.

Không sao, anh/em sẽ	kawm sow aang/am sã
tự làm. m/f	dụhr laàm

It helps to have a sense of humour. (said to man/woman)

Nếu anh/em mình cười	nay·oó aang·am mìng ğuhr·eè
nó sẽ bớt căng thẳng.	nó sã bért ğuhng tủhng

Oh my god!	Ôi trời ơi!	oy cher·eè er·ee
That's great.	Sướng quá!	suhr·érng ğwaá
Easy tiger!	Cứ từ từ!	ğúhr dùhr dùhr

faster	nhanh hơn	nyaang hern
harder	mạnh hơn	maạng hern
slower	chậm hơn	chụhm hern
softer	nhẹ hơn	nya hern

That was	Thật là ...	tụht laà ..
amazing	tuyệt	dwee·ụht
romantic	lãng mạn	laãng maạn
wild	hoang dã	hwaang zaã

love

tình yêu

I think we're good together.

Anh/Em nghĩ rằng chúng	aang/am ngyeẽ zùhng júm
ta hợp nhau. m/f	daa hẹrp nyoh

I love you. (man saying)

Anh yêu em	aang ee·oo am

I love you. (woman saying)

Em yêu anh.	am ee·oo aang

Do you really love me? (man asking)

Em có yêu anh	am ğó ee·oo aang
thực lòng không?	tụhrk lòm kawm

Do you really love me? (woman asking)
Anh có yêu em   aang ğó ee.oo am
thực lòng không?   tụhrk lòm kawm

I will love you forever. (man saying)
Anh sẽ yêu em mãi mãi.   aang sã ee.oo am maĩ maĩ

I will love you forever. (man saying)
Em sẽ yêu anh mãi mãi.   am sã ee.oo aang maĩ maĩ

Will you ...?	*Em có ...*	am ğó ..:
(man asking)	*không?*	kawm
go out with me	*yêu anh*	ee.oo aang
marry me	*cưới anh*	ğuhr.eé aang
meet my	*muốn gặp bố*	moo.úhn gụhp báw
parents	*mẹ của anh*	mạ ğoỏ.uh aang

Will you ...?	*Anh có ...*	aang ğó ...
(woman asking)	*không?*	kawm
go out with me	*yêu em*	ee.oo am
marry me	*cưới em*	ğuhr.eé am
meet my	*muốn gặp bố*	moo.úhn gụhp báw
parents	*mẹ của em*	mạ ğoỏ.uh am

sweet as honey

(Honey,) You make me so happy. (man saying)
(Cưng ơi,) Em làm cho   (ğuhrng er.ee) am laàm jo
anh thật hạnh phúc.   aang tụht haạng fúp

(Honey,) You make me so happy. (woman saying)
(Cưng ơi,) Anh làm cho   (ğuhrng er.ee) aang laàm jo
em thật hạnh phúc.   am tụht haạng fúp

(Sweetie,) You are my everything. (man saying)
(Bé yêu ơi,) Em là tất   (bá ee.oo er.ee) am laà dúht
cả đối với anh.   ğaả đóy ver.eé aang

(Sweetie,) You are my everything. (woman saying)
(Bé yêu ơi,) Anh là tất   (bá ee.oo er.ee) aang laà dúht
cả đối với em.   ğaả đóy ver.eé am

problems

những vấn đề

Are you seeing someone else? (man asking)
Em có bạn trai khác không?   am ğó baạn chai kaák kawm

Are you seeing someone else? (woman asking)
Anh có bạn gái khác không?   aang ğó baạn chai kaák kawm

He/She is just a friend.
Anh/Cô ấy chỉ là bạn thôi.   aang/ğaw áy jeẻ laà baạn toy

You're just using me for sex. (man saying)
Em chỉ muốn làm   am jeẻ moo·úhn laàm
tình với anh thôi.   dìng ver·eé aang toy

You're just using me for sex. (man saying)
Anh chỉ muốn làm   aang jeẻ moo·úhn laàm
tình với em thôi.   dìng ver·eé am toy

I never want to see you again. (man saying)
Anh không bao giờ   aang kawm bow zèr
muốn gặp lại em   moo·ùhn guhp laị am
một lần nào nữa.   maụt lùhn nòw nũhr·uh

I never want to see you again. (man saying)
Em không bao giờ   am kawm bow zèr
muốn gặp lại anh   moo·ùhn guhp laị aang
một lần nào nữa.   maụt lùhn nòw nũhr·uh

I don't think it's working out.
Anh/Em nghĩ chúng mình   aang/am ngyeẽ júm mìng
không hợp nhau lắm. m/f   kawm hẹrp nyoh lúhm

We'll work it out.
Chúng mình sẽ vượt   júm mìng sã vuhr·ẹrt
qua mọi khó khăn.   ğwaa mọy kó kuhn

leaving

I have to leave (tomorrow).

	(Ngày mai) Anh/Em	(ngày mai) aang/am
	phải đi. m/f	faị đee

I'll ...	*Anh sẽ ...*	aang sã ...
(man speaking)		
keep in touch	*liên lạc*	lee·uhn laạk
miss you	*nhớ em*	nyér am
visit you	*đến thăm em*	đén tuhn am

I'll ...	*Em sẽ ...*	am sã ...
(woman speaking)		
keep in touch	*liên lạc*	lee·uhn laạk
miss you	*nhớ anh*	nyér aang
visit you	*đến thăm anh*	đén tuhn aang

body language

To summon a person, use your hand with the fingers facing down. It's considered very rude to beckon someone with your finger, or to make the sign of crossing two fingers in front of a female person.

As the head is the symbolic highest point in Asia and considered sacred, never pat or touch someone on the head. On the other hand, feet are considered the least holy part of the body - never point the soles of your feet towards other people or a Buddha statue, as it's considered extremely rude.

religion

tôn giáo

What's your religion?
    Bạn theo đạo nào?   baạn tay·oo đọw nòw
I'm not religious.
    Tôi không theo đạo nào   doy kawm tay·oo đọw nòw

I'm ...	*Tôi theo đạo ...*	doy tay·oo đọw ...
agnostic	*bất khả tri*	búht kaả chee
Buddhist	*Phật*	fụht
Catholic	*Thiên Chúa*	tee·uhn joo·úh
Christian	*Cơ Đốc*	ğer đáwp
Confucian	*Khổng Tử*	kảwm dủhr
Hindu	*Ấn - Độ Giáo*	úhn·đạw zów
Jewish	*Do Thái*	zo taí
Muslim	*Hồi*	hòy
Protestant	*Tin Lành*	din laàng
Taoist	*Lão*	lõw

I (don't) believe in ...	*Tôi (không) tin vào ...*	doy (kawm) din vòw ...
astrology	*thiên văn*	tee·uhn vuhn
fate	*số phận*	sáw fụhn
God	*Chúa Trời*	joo·úh cher·eè
Can I ... here?	*Tôi có thể ... ở đây không?*	doy ğó tẻ ... ѐr đay kawm
Where can I ...?	*Tôi có thể ... ở đâu?*	doy ğó tẻ ... ѐr đoh
attend mass	*tham gia buổi lễ nhà thờ*	taam zaa boỏ·ee lẽ nyaà tèr
attend a service	*tham gia buổi lễ nhà thờ*	taam zaa boỏ·ee lẽ nyaà tèr
pray	*cầu nguyện*	ğòh ngywee· ụhn
worship	*thờ cúng*	tèr ğủm

cultural differences

Is this a local or national custom?

Đây là phong tục của — đay laà fom dụp ğoồ·uh
địa phương này hay — dee·uh fuhr·erng này hay
là của cả nước? — laà ğoồ·uh ğaả nuhr·érk

I don't want to offend you.

Tôi không muốn làm — doy kawm moo·úhn laàm
cho bạn bị xúc phạm. — jo bạan bẹe súp faạm

I didn't mean to do/say anything wrong.

Tôi không cố ý làm/nói
cái gì sai. — doy juhr·uh ğwan ver·eẻ ğai này

I'd rather not join in.

Xin lỗi, tôi không muốn — sin lõy doy kawm moo·úhn
tham gia. — taam zaa

I'll try it.

Tôi sẽ thử nó. — doy sã tủhr nó

I'm sorry, it's	*Xin lỗi, cái đó là*	sin lõy gaí đó laà
against my ...	*trái ngược*	chaí nguhr·ẹrk
	với ... của tôi	ver·eẻ ...ğoồ·uh doy
beliefs	*đức tin*	đúhrk din
religion	*tôn giáo*	dawm zów
This is ...	*Cái này là ...*	ğaí này laà ...
different	*mới lạ*	mer·eẻ laạ
fun	*vui*	voo·ee
interesting	*thú vị*	toó vẹ

When's the gallery open?
Mấy giờ phòng tranh   máy zèr fòm chaang
mở cửa?   mèr ğủhr·uh

When's the museum open?
Mấy giờ bảo tàng   máy zèr bỏw daàng
mở cửa?   mèr ğủhr·uh

What kind of art are you interested in?
Bạn quan tâm đến loại   bạan ğwaan duhm đén lwại
nghệ thuật nào?   ngyẹ twụht nòw

What's in the collection?
Có những gì trong bộ   gó nyũhrng zeè chom bạw
sưu tập đó?   suhr·oo dụhp đó

What do you think of ...?
Bạn nghĩ gì về ...?   bạan ngyeẽ zeè vè ...

It's an exhibition of ...
Nó là triển lãm về ...   nó laà cheẻ·uhn laãm vè ...

I'm interested in ...
Tôi quan tâm đến ...   doy ğwaan duhm đén ...

... art	*nghệ thuật ...*	ngyẹ twụht ...
graphic	*đồ họa*	đàw hwaạ
impressionist	*trường phái*	chuhr·èrng faí
	ấn tượng	úhn duhr·ẹrng
modern	*hiện đại*	hee·ụhn đại
performance	*cuộc biểu*	ğoo·ụhk beẻ·oo
	diễn	zee·ũhn
Renaissance	*Phục hưng*	fụp huhrng
traditional	*truyền thông*	chwee·ùhn táwm

architecture	kiến trúc	ğee·úhn chúp
art	nghệ thuật	ngyẹ twụht
artwork	tác phẩm nghệ thuật	daák fùhm ngyẹ twụht
ceramics	đồ gốm	đàw gáwm
curator	người phụ trách	nguhr·eẻ foọ chaák
design n	thiết kế	tee·úht ğé
embroidery	đồ thêu	đàw te·oo
etching	đồ khắc axit	đàw kaák aa·sit
exhibit n	cuộc triển lãm	ğoo·ụhk cheẻ·uhn laãm
exhibition hall	nhà triển lãm	ngyẹ twụht súhp
installation	nghệ thuật sắp đặt	đụht
lacquerware	đồ sơn mài	đàw sern mai
opening	lễ khai mạc	lẽ kai maạk
painter	họa sĩ	hwaạ seẽ
painting (artwork)	bức tranh	búhrk chaang
painting (technique)	vẽ tranh	vã chaang
period	thời kỳ	ter·eè ğeè
permanent collection	bộ sưu tập cố định	bạw suhr·oo dụhp ğáw địng
print n	bức ảnh in	búhrk aảng in
sculptor	nhà điêu khắc	nyaà đee·oo kúhk
sculpture	tác phẩm điêu khắc	daák fùhm đee·oo kúhk
silk painting	bức tranh lụa	búhrk chaang loo·ụh
statue	bức tượng	búhrk duhr·ẹrng
studio	xưởng vẽ	sủhr·erng vã
style n	phong cách nghệ thuật	fom ğaák ngyẹ twụht
technique	kỹ thuật	ğeẽ twụht
textiles	vải dệt	vải dẹt
woodcarving	đồ khắc gỗ	đàw kúhk ğãw

sporting interests

những môn thể thao yêu thích

What sport	*Bạn ... loại*	bạạn ...lwại
do you ...?	*thể thao nào?*	tẻy tow nòw
follow	*thích*	tík
play	*hay chơi*	hay jo
I play/do ...	*Tôi chơi ...*	doy jer·ee ...
I follow	*Tôi thích ...*	doy tík ...
athletics	*điền kinh*	đee·ùhn ging
badminton	*cầu lông*	goh lawm
basketball	*bóng rổ*	bóm zảw
boxing	*môn quyền*	mawm gwee·ùhn
	anh	aang
football (soccer)	*bóng đá*	bóm đaá
golf	*gôn*	gawm
gymnastics	*thể dục dụng cụ*	tẻ zụp zụm gọọ
karate	*võ caratê*	võ gaa.raa.te
martial arts	*võ thuật*	võ twụht
scuba diving	*lặn biển*	lụhn beẻ·uhn
table tennis	*bóng bàn*	bóm baán
tennis	*ten-nít*	de·nít
volleyball	*bóng chuyền*	bóm chwee·ùhn
I ...	*Tôi hay tập ...*	doy hay dụhp ...
cycle	*xe đạp*	sa đaạp
run	*chạy*	jay
walk	*đi bộ*	đee bạw
Who's your	*... mà bạn thích*	... maà bạạn tík
favourite ...?	*nhất là ai?*	nyúht laà ai
sportsperson	*Vận động*	vụhn đạwm
	viên thể thao	vee·uhn tẻ tow
team	*Câu lạc bộ*	goh laạk bạw
	thể thao	tẻ tow

Do you like (soccer)?
Bạn có thích (bóng đá)
không?

bạn gó tík (bóm đaá)
kawm

Yes, very much.
Có, tôi rất thích.

gó doy zúht tík

Not really.
Tôi không thích lắm.

doy kawm tík lúhm

I like watching it.
Tôi thích xem thôi.

doy tík sam toy

For more sports, see the **dictionary.**

going to a game

di xem trận đấu

Would you like to go a game?
Bạn có muốn đi xem
một trận đấu không?

bạn gó moo·úhn đee saam
mạwt chụhn đóh kawm

Who are you supporting?
Bạn ủng hộ đội nào?

bạn ủm hạw đọy nòw

scoring

What's the score?
Tỷ số là bao nhiêu?

deẻ sáw laà bow nyee.oo

draw/even	trận hòa	chụhn hwaà
love (zero)	không	kawm
match point	điểm thắng	deẻ·uhm túhrng
nil (zero)	không	kawm

Who's ...?	Đội nào đang ...?	đọy nòw đaang ...
playing	thi đấu	tee đóh
winning	thắng	túhng
That was a	Đó là một trận	đó laà mạwt chụhn
... game!	đấu thật là ...!	đóh tụht laà ...
bad	tồi tệ	đòy dẹ
boring	chán	jaán
great	hay	hay

playing sport

chơi thể thao

Do you want to play?
Bạn có muốn chơi không? bạan ğó moo·úhn jer·ee kawm

Can I join in?
Tôi có thể chơi được không? đoy ğó tẻ jer·ee đuhr·ẹrk kawm

That would be great.
Hay quá. hay gwaá

I can't
Tôi không thể. đoy kawm tẻ

I have an injury.
Tôi bị chấn thương. đoy beẹ júhn tuhr·erng

Your/My point.
Điểm của bạn/tôi đeẻ·uhm ğoỏ·uh bạan/đoy

Kick/Pass it to me!
Hãy đá/chuyển bóng cho tôi! hãy đaá/jweẻ·uhn bóm jo đoy

You're a good player.
Bạn chơi rất hay. bạan jer·ee zúht hay

Thanks for the game.
Cám ơn bạn nhiều. ğaám ern bạan nyee·oò

What a ...!	Một ... rất	mạwt ... zúht
	xuất sắc	swúht súhk
goal	bàn thắng	baàn túhng
hit	cú đòn	ğoó đòn
kick	cú đá	ğoó đaá
pass	chuyển bóng	jweẻ·uhn bóm
performance	cuộc cuốc trận	ğoo·ụhk chụhn
	đấu	đów

Where's a good	Bạn có biết	bạan ğó bee·úht
place to ...?	chỗ nào hay	jãw nòw hay
	để ... không?	đẻ ... kawm
fish	câu cá	ğoh ğaá
go horse riding	cưỡi ngựa	ğũhr·ee nguhr·ụh
run	đi chạy	đee jạy
ski	trượt	chuhr·ẹrt
	tuyết	dwee·úht
snorkel	lặn bằng	lụhn bùhng
	ống thở	áwm tẻr
surf	lướt sóng	luhr·ẹrt sóm
Where's the	Cái ... gần	gaí ... gùhn
nearest ...?	nhất ở đâu?	nyứt ẻr đoh
golf course	sân gôn	suhn gawn
gym	câu lạc bộ	ğoh laạk bạw
	tập thể hình	dụhp tẻ hìng
swimming pool	bể bơi	bẻ ber·ee
tennis court	sân ten-nít	suhn de·nít

Do I have to be a member to attend?

Tôi có cần phải là — doy ğó ğùhn faỉ laà
thành viên mới — taàng vee·uhn mer·eé
được vào không? — đuhr·ẹrk vòw kawm

Is there a women-only session?

Có buổi nào dành — ğó boỏ·ee nòw zaảng
riêng cho phụ nữ không? — zee·uhng jo foọ nũhr kawm

Where are the changing rooms?

Phòng thay quần áo ở đâu? — fòm tay ğwùhn ów ẻr đoh

What's the charge per ...?	Tôi phải đóng bao nhiêu tiền cho một ...?	doy faỉ đóm bow nyee·oo dee·ùhn jo mạwt ...
day	ngày	ngày
game	trận đấu	chụhn đóh
hour	giờ	zèr
visit	lần vào	lùhn vòw
Can I hire a ...?	Tôi có thể thuê một ... được không?	doy ğó tẻ twe mạwt ... đuhr·ẹrk kawm
ball	quả bóng	ğwaả bóm
bicycle	xe đạp	sa đaạp
court	sân đánh	suhn đaáng
racquet	vợt	vẹrt

extreme sports

thể thao mạo hiểm

I'd like to go ...	Tôi muốn đi ...	doy moo·úhn đee ...
bungee jumping	nhảy độ cao	nyảy đạw gow
caving	leo hang	lay·oo haang
game fishing	đánh cá ngoài khơi	đaáng ğaá ngwai ker·ee
mountain biking	đua xe đạp địa hình	đoo·uh sa đaạp đee·ụh hìng
parasailing	lướt gió	luhr·ért zỏ
rock climbing	leo núi	lay·oo noo.eé
skydiving	nhảy dù	nyảy zoò
white-water rafting	đua thuyền địa hình	đoo·uh twee·ùhn đee·ụh hìng

Is the equipment secure?

Thiết bị này có an toàn không?

tee·úht bẹ này ğó aan dwaàn kawm

Is this safe?

Cái này có an toàn không?   ğaí này ğó aan dwaàn kawm

fishing

Where are the good sports?
Những nơi câu cá
tốt ở đâu?
nyūhrng ner·ee ğoh ğaá
dáwt èr đoh

Do I need a fishing permit?
Tôi có cần thẻ đăng ký
mới được phép đánh
cá không?
doy ğó ğùhn tảy đaang ğeé
mer·eé đuhr·ẹrk fáp đaáng
ğaá kawm

Do you do fishing tours?
Bạn có tổ chức những
chuyến đánh cá không?
baạn ğó đảw júhrk nyũhrng
jwee·úhn đáng ğaá kawm

What's the best bait?
Loại mồi nào là tốt nhất?
lwaị mòy nòw laả dáwt nyúht

Are they biting?
Chúng nó có rỉa nhiều
không?
júm nó ğó zeẻ·uh nyee·oò
kawm

What kind of fish are you landing?
Bạn đang câu được
những loài cá nào?
baạn đaang ğoh đuhr·ẹrk
nyũhrng lwaì ğaá nòw

How much does it weigh?
Nó nặng bao nhiêu?
nó nụhng bow nyee·oo

bait	*mồi*	mòy
fishing line	*dây câu cá*	zay ğoh ğaá
flare	*đèn báo hiệu*	đàn bów hee·oọ
	cấp cứu	ğúhp ğuhr·oó
float n	*phao câu cá*	fow ğoh ğaá
hooks	*lưỡi câu*	lũhr·ee ğoh
lures	*nhử mồi*	nyũhr mòy
rod	*cần câu*	ğùhn ğoh
sinkers	*chì cần câu*	jeè ğùhn ğoh

norse racing

Where's the racetrack?

Đường đua ngựa   đuhr·èrng đoo·uh nguhr·uh
ở đâu?   èr đoh

How do I make a bet?

Tôi cá cược như   doy ğaá ğuhr·ẹrk nyuhr
thế nào?   té nòw

How much do you want to bet?

Bạn muốn cá cược   bạan moo·úhn ğaá ğuhr·ẹrk
bao nhiêu?   bow nyee·oo

What are the odds?

Tỷ lệ cá cược là gì?   deẻ lẹ ğaá ğuhr·ẹrk laà zeè

What weight is the horse carrying?

Trọng lượng con ngựa   chọm luhr·ẹrng ğọn nguhr·uh
đang mang là bao nhiêu?   đaang maang laà bow nyee·oo

This horse is (five to one).

Con ngựa này là   ğọn nguhr·uh này laà
(năm ăn một).   (nuhm uhn mạwt)

Which horse ...?	*Con ngựa nào ...?*	ğọn nguhr·uh nòw ...
is the favourite	*là hay nhất*	laà hay nyúht
should I back	*tôi nên cá cược*	doy nen ğaá ğuhr·ẹrk
I'd like to bet on (number two) ...	*Tôi muốn cá cược cho (số hai)*	doy moo·úhn ğaá ğuhr·ẹrk jo (sáw hai)
for a place	*thứ tự xếp hạng*	túhr dụhr sép hạạng
for a win	*chiến thắng*	jee·úhn túhng
bet v	*cá cược*	ğaá ğuhr·ẹrk
bookmaker	*người thu cá cược*	nguhr·eè too ğaá ğuhr·ẹrk
jockey	*tay đua ngựa*	day đoo·uh nguhr·uh
photo finish	*chụp ảnh phân*	jup aảng fuhn
race n&v	*thắng thua đua*	túhng too·uh đoo·uh

horse riding

How much is a (one)-hour ride?
Cưỡi ngựa là bao
nhiêu tiền (một) giờ?
ğühr.ee nguhr.ụh laả bow
nyee.oo dee.èn (mạwt) zẻr

How long is the ride?
Cưỡi ngựa bao
nhiêu lâu?
ğühr.ee nguhr.ụh bow
nyee.oo loh

I'm (not) an experienced rider.
Tôi (không) phải một
người cưỡi ngựa giầu
kinh nghiệm
doy (kawm) faỉ mạwt
nguhr.eẻ ğühr.ee nguhr.ụh zòh
ğing ngyee.ụhm

Can I rent a hat and boots?
Tôi có thuê một cái mũ
và một đôi ủng?
doy ğó twe mạwt ğaí moõ
vaà mạwt đoy ủm

bit	hàm thiếc ngựa	haàm tee.úhk nguhr.ụh
bridle	dây cương	zay ğuhr.erng
canter v	chạy nước kiệu	jạy nuhr.érk kee.oọ
crop	tay cầm	day ğühm
gallop	phi ngựa đại	fee nguhr.ụh đại
groom	chải lông	jaỉ lawm
horse	con ngựa	ğon nguhr.ụh
pony	con ngựa nhỏ	ğon nguhr.ụh nyỏ
reins	thắt lưng	túht luhrng
saddle	yên ngựa	yen nguhr.ụh
stable	chuồng ngựa	joo.ùhng nguhr.ụh
stirrup	bàn đạp ngựa	baàn dạap nguhr.ụh
trot v	đi nước kiệu	đee nuhr.érk gee.oọ
walk v	đi chậm	đee jụhm

soccer

Who plays for (Hanoi)?
Những ai chơi cho đội — nyũhrng ai jer.ee jo đọy
(Hà Nội)? — (haà nọy)

He's a great (player).
Anh ấy là (cầu thủ) — aang áy laà (ğoh toỏ)
xuất sắc. — swủht súhk

He played brilliantly in the match against (Hue).
Anh ấy đá hay lắm trong — aang áy đaá hay lúhm chom
trận gặp (Huế). — chụhn gụhp (hwáy)

Which team is at the top of the league?
Đội nào đang dẫn — đọy nòw đaang zũhn
đầu trong giải? — đòh chom zaí

What a great/terrible team!
Đội này đá thật là — đọy này đaá tụht laà
tuyệt/chán! — dwee.ụht/jaán

ball	quả bóng	ğwaả bóm
coach n	huấn luyện	hwúhn lwee.ụhn
	viên	vee.uhn
corner (kick)	đá phạt góc	đaá faạt góp
expulsion	bị đuổi	beẹ đoỏ.ee
fan	cổ động viên	ğảw đạwm vee.uhn
foul	phạm lỗi	faạm lõy
free kick	đá phạt	đaá faạt
goalkeeper	thủ môn	toỏ mawn
manager	ông bầu	awm bòh
offside	việt vị	vee.ụht veẹ
penalty	phạt đền	faạt đèn
player	cầu thủ	ğòh toỏ
red card	thẻ đỏ	tẻ đỏ
referee	trọng tài	chọm dày
throw in n	ném biên	nám bee.uhn
yellow card	thẻ vàng	tẻ vaàng

tennis & table tennis

I'd like to ...	Tôi muốn ...	doy moo.ùhn ...
book a time	đăng ký	đuhng gee
to play	giờ chơi	zèr jer.ee
play table tennis	chơi bóng bàn	jer.ee bóm baàn
play tennis	đánh ten-nít	đaáng de.nít
ace	cú giao bóng	ğoó zow bóm
	thắng điểm	túhng.đee.uhm
(table tennis) bat	vợt bóng bàn	vẹrt bóm baàn
clay	sân đất sét	suhn đúht sát
fault	ngoài	ngwaì
game, set, match	trận đấu kết	chụhn đóh gét
	thúc rồi	túp zòy
grass	sân cỏ	suhn gỏ
(hard) court	sân đất (cứng)	suhn đúht (gúhrng)
net	lưới	luhr.eé
play doubles	đánh đôi	đaáng đoy
racquet	vợt	vẹrt
serve v	phát bóng	faát bóm
set n	ván	vaán
table-tennis ball	quả bóng bóng bàn	ğwaả bóm bóm baàn
tennis ball	quả bóng ten-nít	ğwaả bóm de.nít

Can we play at night?

Chúng tôi có thể chơi
vào buổi tối không?

júm doy ğó tẻ jer.ee
vòw boỏ.ee đóy kawm

I need my racquet restrung.

Tôi cần phải thay dây vợt.

doy ğùhn faỉ tay zay vẹrt

---

with or without

The pronoun 'we' has two forms in Vietnamese, depending on whether the speaker is useing the word to include the listener or not - chúng tôi júm doy ('we' - excluding 'you') and chúng ta júm ta ('we' - inckuding 'you'). For more on pronoun, see the **phrasebuilder**, page 23.

thể thao nước

Can I book a lesson?	Tôi có thể đặt buổi học không?	doy ğó tẻ đụht boỏ.ee họp kawm
Can I hire (a) ...?	Tôi có thể thuê ... không?	doy ğó tẻ twe ... kawm
boat	thuyền	twee.ùhn
canoe	ca-nô	ğa.naw
diving equipment	trang thiết bị lặn	chaang tee.úht beẹ lụhn
kayak	xuồng cai-ac	soo.ùhng ğai.aak
life jacket	áo phao	ów fow
snorkelling gear	thiết bị lặn bằng ống thở	tee.úht beẹ lụhn bùhng áwm tẻr
water-skis	ván lướt nước	vaán luhr.ért nuhr.érk
wetsuit	bộ quần áo lặn	bạw ğwaàn ów lụhn
Are there any ...?	Có ... ở đây không?	ğó .. ẻr đay kawm
reefs	san hô	saan haw
rips	dòng nước xiết chảy	zòm nuhr.érk see.úht jảy
water hazards	những hiểm họa do nước	nyũhrng heẻ.uhm hwaạ zo nuhr.érk
Are there ...?	Có ... ở đó không?	ğó ... ẻr đó kawm
currents	dòng chảy mạnh	zòm jảy maạng
sharks	cá mập	ğaá mụhp
whales	cá voi	ğaá voy
guide n	người hướng dẫn	nguhr.eè huhr.érng zũhn
motorboat	xuồng máy	soo.ùhng máy
sailboarding	đi lướt ván buồm	đee luhr.ért vaán boo.ùhm
sailing boat	thuyền buồm	twee.ùhn boo.ùhm
surfboard	ván lướt sóng	vaán luhr.ért sóm
surfing	đi lướt sóng	đee luhr.ért sóm

Where's a good diving site?
Những chỗ tốt để   nũhrng jãw dáwt để
lặn biển ở đâu?   lụhn beẻ.uhn ẻr đoh

Is the visibility good?
Nước ở đó có trong   nuhr.érk ẻr đó ğó chom
không?   kawm

How deep is the dive?
Lặn biển ở đó bao sâu?   lụhn beẻ.uhn ẻr đó bow soh

Is it a boat/shore dive?
Đây là một cuộc lặn   đay laả mạwt ğoo.ụhk lụhn
biển từ tầu/bờ?   beẻ.uhn dùhr dòh/bèr

I need an air fill.
Tôi cần phải bơm đầy   doy ğùhn faỉ berm đày
bình ôxy.   bing aw.see

I'd like to ...	*Tôi muốn ...*	doy moo.úhn ...
explore caves/	*xem các*	sam ğaák
wrecks	*hang/tàu đắm*	haang/dòh đúhm
go night	*lặn vào buổi*	lụhn vòw boỏ.ee
diving	*tối*	dóy
go scuba diving	*lặn*	lụhn
go snorkelling	*lặn bằng*	lụhn bùhng
	ống thở	áwm tẻr
join a diving	*tham gia tour*	tuhm zaa tu
tour	*lặn*	lụhn
learn to dive	*học lặn*	họp lụhn
buddy	*bạn lặn*	bạan lụhn
cave n	*hang động*	haang đạwm
dive n	*chuyến lặn*	jwee.úhn lụhn
	biển	beẻ.uhn
dive v	*lặn*	lụhn
diving boat	*tàu lặn*	dòh lụhn
diving course	*lớp dạy lặn*	lérp zạy lụhn
night dive	*lặn vào buổi*	lụhn vòw boỏ.ee
	tối	dóy
wreck n	*tàu đắm*	dòh đúhm

hiking

đi bộ đường dài

Where can I ...?	Tôi có thể ... ở đâu?	doy ǧó tẻ ... ẻr đoh
buy supplies	mua đồ dùng	moo.uh đàw zùm
	mang theo	maang tay.oo
find someone	tìm người có	dìm nguhr.eẻ ǧó
who knows	hiểu biết	heẻ.oo bee.úht
this area	về nơi này	vè ner.ee này
get a map	mua bản đồ	moo.uh bản đàw
hire hiking	thuê đồ đi	twe đàw đee
gear	đường xa	đuhr.èrng saa

How ... ?	... bao nhiêu?	... bow nyee.oo
high is the	Leo núi này	lay.oo noo.eé này
climb	là cao	laà ǧow
long is the	Đường mòn	đuhr.èrng mòn
trail	này dài	này zaì
Which is the	Lối đi nào	lóy đee nòw
... route?	là ...?	laà ...
esiest	dễ nhất	zẽ nyúht
most	thú vị nhất	toó veẹ nyúht
interesting		
shortest	ngắn nhất	ngúhn nyúht
Is the track ...?	Lối đi có ... không?	lóy đee ǧó ... kawm
(well) marked	(nhiều) biển	(nyee.oò) beẻ.uhn
	hướng dẫn	huhr.érng zũhn
open	dễ đi	zẽ đee
scenic	thắng cảnh đẹp	túhng ǧảảng đạp

Do we need a guide?

Chúng tôi có cần   júm doy ğó gùhn
người hướng dẫn không?   nguhr.eè huhr.érng zühn kawm

Are there guided treks?

Có người hướng dẫn   ğó nguhr.eè huhr.érng zühn
cho những chuyến   jo nyũhrng jwee.úhn
đường dài không?   đuh.érng zaì kawm

Are there any land mines in the area?

Có mìn ở khu vực   ğó mìn ẻr koo vụhrk
này không?   nàly kawm

Is it safe?

Nó có an toàn không?   nó ğó aan dwaàn kawm

When does it get darks?

Khi nào thì trời tối?   kee nòw teẻ cher.eè đóy

Do we need to take ...?	Chúng ta có cần phải mang ... không?	júm doy ğó ğùhn faỉ maang ... kawm
bedding	tư trang	duhr chaang
food	thức ăn	túhrk uhn
water	nước uống	nuhr.érk oo.úhng
Where can I find the ...?	Tôi có thể tìm ... ở đâu?	doy ğó tẻ dìm ... èr đoh
camping ground	nơi cắm trại	ner.ee ğúhm chaị
nearest village	làng gần nhất	laàng gùhn nyúht
showers	chỗ tắm	jãw dúhm
toilets	nhà vệ sinh	nyaà vẹ sing

Where have you come from?
Bạn từ đâu về đây? bạan dùhr đoh ve đay

How long did it take?
Từ đó về đây là bao lâu? dùhr đó vè đay laà bow loh

Does this path go to ...?
Đường mòn này có dẫn đến ... không? đuhr.èrng mòn nàỵ ğó zũhn đén ... kawm

Can I go through here?
Tôi có thể đi qua đây được không? doy ğó tẻ đee ğwaa đay đuhr.ẹrk kawm

Is there a hut?
Có nhà nhỏ ở đó không? ğó nyaà nyỏ èr đó kawm

Is the water OK to drink?
Nước có thể uống được không? nuhr.érk ğó tẻ oo.úhng đuhr.ẹrk kawm

---

not easy being green ... or blue

The word *xanh* saang is used for both 'blue' and 'green' , but to be clear, a few extra words make all the difference:

| *xanh da trời* | saang zaa cher.eè | blue (as the sky) |
| *xanh lá cây* | saang laá ğay | green (as leaves) |

beach

bãi biển

Where's the	*Bãi biển*	baĩ beẻ.uhn
... beach	*... ở đâu?*	... ẻr đoh
best	*đẹp nhất*	đạp nyúht
nearest	*gần nhất*	gùhn nyúht
nudist	*khỏa thân*	kwaa tuhn
public	*công cộng*	ğawm ğawm
How much for a/an ...?	*Một cái ... bao nhiêu tiền?*	mạwt ğaí ... bow nyee.oo dee.ùhn
chair	*ghế*	ğé
hut	*lều tranh*	le.où chaang
umbrella	*ô/dù N/S*	aw/yoò N/S

Is it safe to dive/swimm here?

Có an toàn để lặn/bơi ở đây không? — ğó aan dwaan đẻ lụhn/ber-ee ẻr đay kawm

What time is high/low tide?

Mấy giờ thủy triều lên/xuống? — máy zèr tweẻ chee-oò len/soo-úhng

Do we have to pay?

Có cần phải trả tiền không? — ğó gùhn faỉ chaả dee.ùhn kawm

Hãy cẩn thận khi sóng dội từ bờ!
hãy ğủhn tụhn kee sóm **Be careful of the undertow!**
zọy dùhr bèr

Nó nguy hiểm đấy!
nó ngwee heẻ.uhm đáy **It's dangerous!**

Cấm Bơi	ğừhm ber.ee	**No Swimming**
Cấm Lao Xuống	ğừhm low soo.úhng	**No Diving**

weather

thời tiết

What's the weather like?
Thời tiết thế nào?   ter.eè dee.úht té nòw
What will the weather be like tomorrow?
Thời tiết ngày mai   ter.eè dee.úht ngày mai
như thế nào?   nyuhr té nów

It's ...	*Trời ...*	cher.eè ...
cloudy	*có mây*	ğó may
cold	*lạnh*	laạng
dry	*khô*	kaw
hot	*nóng*	nóm
raining	*mưa*	muhr.uh
sunny	*nắng*	núhng
warm	*ấm*	úhm
wet	*ẩm ướt*	ủhm uhr.ért
windy	*gió to*	zó do

Where can I buy a/an ...?	*Tôi có thể mua ... ở đâu?*	doy ğó tẻ moo.uh ... ẻr đoh
rain jacket	*áo mưa*	ów muhr.uh
umbrella	*cái ô*	ğai aw

dry season	*mùa khô*	moo.ùh kaw
monsoon season	*mùa mưa bão*	moo.ùh muhr.uh bõw
tsunami	*nạn nhân*	naạn nyuhn
	sóng thần	sóm tùhn
typhoon	*cơn bão*	ğern bõw
wet season	*mùa mưa*	moo.ùh muhr.uh

flora & fauna

What ... is that?	*Đó là loài ... gì?*	đó lạà lwai ... zeè
animal	*động vật*	đạwm vụht
flower	*hoa*	hwaa
plant	*thực vật*	tụhrk vụht
tree	*cây*	ğay
Is it ...?	*Nó có phải ... không?*	nó ğó faỉ ... kawm
common	*bình thường*	bing tuhr.èrng
dangerous	*nguy hiểm*	ngyee heẻ·uhm
endangered	*quý hiếm*	ğweé hee·úhm
poisonous	*độc*	đạwp
protected	*được bảo vệ*	đuhr·ẹrk bỏw vẹ

What's it used for?
Nó có những tác dụng gì?   nó ğó nyũhrng daák zụm zeẻ
Can you eat the fruit?
Quả này có ăn được không?   ğwaả này ğó uhn đuhr·ẹrk kawm

local plants & animals

bamboo	*cây tre*	ğäay cha
mangrove forest	*rừng đước*	zùhrng đuhr·érk
orchid	*cây hoa lan*	ğay hwaa laan
pine	*cây thông*	ğay tawm
rhododendron	*cây đỗ quyên*	ğay đãw gwee·uhn
rice field	*cánh đồng lúa*	ğaáng đàwm loo·úh
cobra	*rắn hổ mang bành*	zúhn hảw maang baàng
crocodile	*cá sấu*	ğaá sóh
elephant	*con voi*	ğon voy
monkey	*con khỉ*	ğon keẻ
python	*con trăn*	ğon chuhn
tiger	*con hổ*	ğon hảw

basics

cơ bản

breakfast	*ăn sáng*	uhn saáng
lunch	*ăn trưa*	uhn chuhr.uh
dinner	*ăn tối*	uhn dóy
snack	*ăn nhẹ*	uhn nyạ
eat v	*ăn*	uhn
drink v	*uống*	oo.úhng

I'd like ...	*Tôi muốn ...*	doy moo.úhn ..
Please.	*Làm ơn.*	laàm ern
Thank you.	*Cám ơn.*	ǵaám ern
I'm starving!	*Tôi đói dã man!*	doy đóy zaã maan

food around the clock

The traffic and street vendor calls make it obvious - the Vietnamese day starts early. Breakfast is usually taken before 8am. Crouch low and sit at tiny tables set up on a street corner for the morning rush, and order beef or chicken noodle soup (*phở bò/gà* fêr bò/ǵaà), the meal of choice. It's served with lemon (*chanh* jaang), bean sprouts (*gía* zaá), chilli (*ớt* ért) and various herbs (*râu* zoh). The soups and rice congees (*cháo* jów) of breakfast are served throughout the day and prove popular as late evening snacks.

Lunch is based around rice and a number of meat, fish and vegetable dishes. People often go home to eat, though cheap canteen-style lunches packed full of dinners are everywhere to be found - look for *Quán Ăn Cơm* ǵwaán uhn ǵerm or *Cơm Bình Dân* ǵerm bing zuhn. At these restaurants, dishes offered are set out on display - simply choose what you'd like added to a steaming plate of rice.

The evening meal is similar to lunch, perhaps with an extra dish or two. Dessert is not so common, though you might be offered *rau câu* zoh ǵoh (a jelly-like pudding made from agar-agar) or fresh fruit (*trái cây* chaí ǵay).

eating out

finding a place to eat

Can you recommend a ...?	Bạn có thể giới thiệu một ... không?	bạn ğó tẻ zer.eé tee.oọ mạwt ... kawm
bar	quán bar	ğwaán baa
café	quán càfê	ğwaán ğaà.fe
restaurant	nhà hàng	nyaà haảng
rice-and-noodle shop	quán ăn bình dân	ğwaản uhn bing zuhn
Where would you go for (a) ...?	Những chỗ hay để ... ở đâu?	nyũhrng jåw hay để ... ẻr đoh
celebration	xem lễ hội	sam lẽ họy
cheap meal	ăn một bữa rẻ	uhn mạwt bũhr.uh zẻ
local specialities	đặc sản địa phương	đụhk saản đee.ụh fuhr.erng
I'd like to reserve a table for ...	Tôi muốn đặt bàn cho ...	doy moo.úhn đụht baàn jo ...
(two) people	(hai) người	(hai) nguhr.eè
(eight) o'clock	vào lúc (tám) giờ	vòw lúp (dúhm) zèr
I'd like a/the ...	Xin cho tôi ...	sin jo doy ...
children's menu	thực đơn cho trẻ em	tụhrk đern jo chả am
drink list	thực đơn đồ uống	tụhrk đern đàw oo.úhng
half portion	một nửa xuất	mạwt nửhr.uh swúht
menu (in English)	thực đơn (bằng tiếng Anh)	tụhrk đern (bùhng dee.úhng aang)
nonsmoking section	bàn trong khu không hút thuốc	baản chom koo kawm hút too.úhk
smoking section	bàn có hút thuốc	baàn ğó hút too.úhk
table for (five)	một bàn cho (năm người)	mạwt baản jo (nuhm) nguhr.eè

FOOD

150

Are you still serving food?
Bạn còn bán hàng không?   bạạn ğòn baán haàng kawm

How long is the wait?
Phải đợi bao nhiêu lâu?   faỉ đer.eẹ bow nyee.oo loh

listen for ...

Đóng cửa rồi.	đóm ğủhr.uh zòy	**We're closed.**
Hết bàn rồi.	hét baàn zòy	**We're full**
Đợi một lát.	đer.eẹ mạwt laát	**One moment.**
Bạn muốn ngồi ở đâu?	bạạn moo.úhn ngòy ẻr đoh	**Where would you like to sit?**
Bạn muốn ăn gì?	bạạn moo.úhn uhn zeè	**What can I get for you?**
Thưa đây!	tuhr.uh đay	**Here you go?**
Chúc ngon miệng.	júp ngon mee.ụhng	**Enjoy your meal.**

restaurant

nhà hàng

What would you recommend?
Bạn có giới thiệu những món gì?   bạạn ğó zer.eé tee.oọ nyũhrng món zeè

What's in that dish?
Có những gì ở trong cái đĩa kia?   ğó nyũhrng zeè ẻr chom ğaí đeẽ.uh ğee.uh

What's that called?
Món đó tên gì?   món đó đen zeè

I'll have that.
Tôi chọn món đó.   doy jọn món đó

Does it take long to prepare?
Món đó có mất thời gian để làm không?   món đó ğó múht ter.eè zaan đẻ laàm kawm

Is it self-serve?
Có thể tự phục vụ không?   ğó tẻ dụhr fụp voọ kawm

eating out

Is there a cover charge?

Có phải mất tiền   ğó fai múht dee.ùhn
vào cửa?   vòw gủhr.uh

Is service included in the bill?

Tiền boa có cộng   dee.ùhn bo.uh ğó ğạwm
vào hóa đơn?   vòw hwaá đern

Are these complimentary?

Cái này có khuyến   ğaí này ğó kwee.úhn
mại không?   maj kawm

I'd like it with ...	*Tôi muốn ăn nó với ...*	doy moo.úhn uhn nó ver.eé
I'd like it without ...	*Tôi muốn ăn nó không có ...*	doy moo.úhn uhn nó kawm ğó ...
butter	*bơ*	ber
chilli (sauce)	*(tương) ớt*	(duhr.erng) ért
garlic	*tỏi*	dỏy
ketchup	*sốt cà chua*	sáwt ğaà joo.uh
MSG	*mì chính*	meè jing
nuts	*hạt lạc*	haat laạk
oil	*dầu ăn*	zòh uhn
pepper	*hạt tiêu*	haat dee.oo
salt	*muối*	moo.eé
tomato sauce	*tương cà chua*	duhr.erng ğaà juhr.uh
vinegar	*dấm*	zủhm

For other specific meal requests, see **vegetable & special meals**, page **163**.

---

listen for ...

Bạn có thích ...?
    baạn ğó tík ...   **Do you like ...?**

Tôi đề nghị ...
    doy đè ngyeẹ ...   **I suggest the ...**

Bạn muốn nó nấu như thế nào?
    baạn moo.úhn nó   **How would you like**
    nóh nyuhr té nòw   **that cooked?**

I'd like (a/the) ...	*Tôi muốn ...*	doy moo.úhn ...
chicken	*ăn thịt gà*	uhn tịt gaà
local	*món đặc sản*	món đụhk saản
speciality	*địa phương*	đee.ụh fuhr.erng
meal fit	*một bữa*	mạwt bũhr.uh
for a king	*đàng hoàng*	đaang hwaàng
menu	*thực đơn*	tụhrk đern
sandwich	*bánh sandwich*	baáng saan.wít
that dish	*món kia*	món ğee.uh

look for ...

Phở	fẻr	**Flat rice noodles**
Bún	bún	**Thin rice noodle**
Mì	meè	**Yellow egg noodles**
Canh	ğaang	**Soups**
Cơm	ğerm	**Rice dishes**
Món thịt gà	món tịt gaà	**Chicken dishes**
Món thịt bò	món tịt bò	**Beef dishes**
Món thịt	món tịt	**Pork dishes**
lợn/heo Ⓝ Ⓢ	lẹrn/hay.oo Ⓝ Ⓢ	
Món hải sản	món haỉ saản	**Seafood dishes**
Sa lát	saa laát	**Salads**
Món tráng	món chaáng	**Desserts**
miệng	mee.ụhng	
Đồ uống	đàw oo.úhng	**Drinks**
Nước ngọt	nuhr.érk ngọk	**Soft Drinks**
Rượu	zee.oọ	**Spirits**
Bia	bee.uh	**Beers**
Rượu vang có ga	zee.oọ vaang ğó ğaa	**Sparkling Wines**
Rượu vang trắng	zee.oọ vaang chaáng	**White Wines**
Rượu vang đỏ	zee.oọ vaang đỏ	**Red Wines**

For more words you might find on a menu, see the **culinary reader,** page 165.

eating out

153

at the table

Please bring (a/the) ...   *Xin mang ...*   sin maang ...

bill	*hóa đơn*	hwaá đern
cloth	*khăn trải bàn*	kuhn chaỉ baàn
(wine)glass	*một ly (rượu)*	mạwt lee (zee.oọ)
serviette	*một khăn ăn*	mạwt kuhn uhn

This is ...   *Món này ...*   món này ...

(too) cold	*(quá) lạnh*	(ğwaá) lạang
spicy	*cay quá*	ğay ğwaá
superb	*tuyệt ngon*	dwee.ụht ngon

I didn't order this.
Tôi không gọi món này.   doy kawm ğọy món này

There's a mistake in the bill.
Có sự nhầm lẫn trên hóa đơn.   ğó sụhr nyùhm lũhn chen hwaá đern

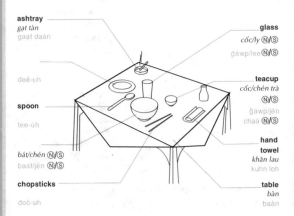

ashtray — *gạt tàn* gaạt daàn

glass — *cốc/ly* Ⓝ/Ⓢ ğáwp/lee Ⓝ/Ⓢ

đeẽ-uh

teacup — *cốc/chén trà* Ⓝ/Ⓢ ğáwp/jén chaà Ⓝ/Ⓢ

spoon — tee-úh

hand towel — *khăn lau* kuhn loh

bát/chén Ⓝ/Ⓢ baát/jén Ⓝ/Ⓢ

chopsticks — đoõ-uh

table — *bàn* baàn

talking food

I love this dish.
Món này ngon thế.
món này ngon té

I love the local cuisine.
Tôi rất thích những
món ăn ở đây.
doy zúht tík nhũhrng
món uhn ẻr đay

That was delicious!
Ngon tuyệt!
ngon dwee.ụht

My compliments to the chef.
Đầu bếp thật tài ba.
đòh bếp tụht dài baa

I'm full.
Tôi no rồi.
doy no zòy

methods of preparation

English	Vietnamese	Pronunciation
I'd like it ...	*Tôi thích nó ...*	doy tík nó ...
I don't want it ...	*Tôi không thích nó ...*	doy kawm tík nó ...
boiled	*luộc*	loo.ụhk
broiled	*nướng*	nuhr.érng
deep-fried	*rán kỹ*	zaán ğeẽ
fried	*rán*	zaán
grilled	*nướng vỉ*	nuhr.érng veẻ
mashed	*nghiền*	nghyee.ùhn
medium	*vừa*	vuhr.ùh
rare	*tái*	daí
reheated	*làm nóng lại*	laàm nóm lại
steamed	*hấp*	húhp
well-done	*nhừ*	nyùhr
without ...	*không có*	kawm ğó ...

bò bía   bò bee·uh   mini rice-paper rolls
These are filled with white radish, Chinese pork sausage, dried prawns and herbs. They're eaten with a rich dark sauce, laced with chilli and dried onions. Find a cart (perhaps by a park) and order them by the plateful!

bánh ngọt   baáng ngọt   cake
As you'd expect, there's an obvious French influence on Vietnamese cakes and pastries, from brioche-like croissants to light sponge cakes. Vendors push their cake carts around at all times of the day.

trái cây   chaí ğay   fruit
Don't miss a refreshing fruit fix from one of the refrigerated-with-a-block-of-ice carts that get around every town and city. Popular favourites include mango (*xoài* swai), watermelon (*dưa hấu* zuhr·uh hóh), pineapple (*dứa* zuhr·úh), water apple (*mận* muhn), pomelo (*bưởi* bùhr·ee) and papaya (*đu đủ* đoo đoỏ). Look out for the little dipping bag of chilli and salt (*ớt và muối* ért vaà moo·eé) which traditionally accompanies fresh fruit - a little strange, but possibly addictive. You're guaranteed to find a cart outside schools around 11am on school days.

nonalcoholic drinks

đồ uống

boiled water	*nước sôi*	nuhr·érk soy
hot water	*nước nóng*	nuhr·érk nóm
orange juice	*nước cam*	nuhr·érk ğaam
soft drink	*nước ngọt*	nuhr·érk ngọk
sparking mineral water	*nước sô-đa*	nuhr·érk saw·đaa
still mineral water	*nước suối*	nuhr·érk soo·eé

FOOD

(cup of) coffee ...	(một cốc) cà phê ...	(mạwt ğáwp) ğaà fe ...
(cup of) tea ...	(một cốc) trà ...	(mạwt ğáwp) chaà ..
with milk	có sữa	ğó sühr.uh
without milk	không sữa	kawm sühr.uh
without sugar	không có đường	kawm ğó đuhr.èrng
with sugar	có đường	ğó đuhr.èrng

coffee time

Vietnamese coffee is a notoriously strong brew and, mixed with the high-sugar hit from a whack of condensed milk, a caffein buzz is inevitable. Don't bother asking for it strong (*mạnh* maạng). You can try asking for it weak (*nhẹ* nyạ), but it's likely to get you bouncing all the same.

... coffee	cà phê ...	ğaà fe ...
black	đen	đan
iced black	đá	đaá
iced white	sữa đá	sühr.uh đaá
strong	loại mạnh	lwai maạng
white	sữa	sühr.uh

alcoholic drinks

các loại rượu

brandy	rượu branđi	zee.oọ braan.đee
champagne	rượu sâm banh	zee.oọ suhm baang
cocktail	côctai	ğawk.tai
a short of ...	một ngụm rượu ...	mạwt ngụm zee.oọ ...
gin	gin	jin
rum	rom	zom
tequila	têquila	te.kee.laa
vodka	vốtka	váwt ğaa
whisky	uytky	wit.ğee

a bottle/glass	một chai/cốc	mạwt jai/ğawp
of ... wine	rượu vang ...	zee.oọ vaang ...
dessert	tráng miệng	chaáng mee.uhng
red	đỏ	đỏ
sparkling	có ga	ğó gaa
white	trắng	chaáng
a ... of beer	một ... bia	mạwt ... bi.uh
glass	cốc/ly Ⓝ/Ⓢ	ğáwp/lee Ⓝ/Ⓢ
jug	bình	bing
large bottle	chai to	jai do
small bottle	chai nhỏ	jai nyỏ

local drinks

bia tươi/ hơi Ⓝ/Ⓢ	bee.uh duhr.ee/ her.ee Ⓝ/Ⓢ	**draught beer**
nước dừa	nuhr.érk zuhr.ùh	**coconut milk**
nước mía	nuhr.érk mee.úh	**sugar-cane juice**
rượu nếp	zee.oọ nép	**rice wine**
rượu rắn	zee.oọ zúhn	**snake wine**

in the bar

tại quán bar

Excuse me!
Xin lỗi!   sin lõy
I'm next.
Đã đến lượt của tôi.   đaã đén luhr.ẹrk ğoỏ.uh doy
I'll have ...
Cho tôi ...   jo doy
Same again, please.
Cho một cái nữa.   jo mạwt ğaí nũhr.uh
No ice, thanks.
Đừng cho đá vào.   đùhrng jo đaá vòw

FOOD

I'll buy you a drink.
Cho tôi mua một
ly rượu cho bạn.
jo doy moo.uh mạwt
lee zee.ọọ jo bạạn

What would you like?
Bạn thích uống gì?
bạạn tík oo.úhng.zeè

I don't drink alcohol.
Tôi không biết uống
rượu.
doy kawm bee.úht oo.úhng
zee.ọọ

It's my round.
Đến lượt của tôi,
tôi phải trả.
đén luhr.ẹrt ğoỏ.uh doy
doy faỉ chaả

How much is that?
Cái đó bao nhiêu?
ğaí đó bow nyee.oo

Do you serve meals here?
Có phục vụ đồ ăn
ở đây không?
ğó fụp voọ đàw uhn
ẻr đay kawm

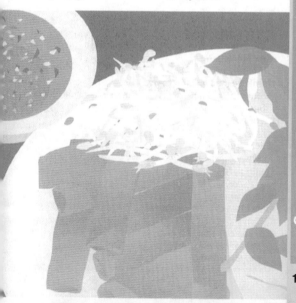

Bạn uống gì?	baạn oo.úhng zeè	**What are you having?**
Bạn đã uống quá nhiều rồi.	baạn đaã oo.úhng ğwaá nyee.oò zòy	**I think you've had enough.**
Bạn say lắm rồi!	baạn say lúhm zòy	**You're drunk!**

drinking up

uống mừng

A common toast you'll hear around drinking establishments is *Trăm phần trăm!* chuhm fùhn chuhm (lit: hundred percent), which is a call to empty your glass in one go.

Cheers!
    Chúc sức khỏe!   júp súhrk kwả
This is hitting the spot.
    Uống cái này ngon lắm!   oo.úhng ğái này ngon lúhm
I feel fantastic!
    Tôi thấy mình vui vui!   doy táy mìng voo.ee voo.ee
I think I've had one too many.
    Tôi đã uống quá nhiều rượu rồi.   doy đaã oo.úhng ğwaá nyee.oò zee.oọ zòy
I'm drunk.
    Tôi say rồi.   doy say zòy
Where's the toilet?
    Nhà vệ sinh ở đâu?   nyaà vẹ sing ẻr đoh
I'm tired, I'd better go home.
    Tôi mệt rồi, tốt nhất là đi về thôi.   doy mẹt zòy dawt nyút laả đee vè toy
I don't think you should drive.
    Bạn không nên lái xe.   baạn kawm nen lái sa
Can you call a taxi for me?
    Bạn có thể gọi taxi cho tôi được không?   baạn ğỏ tẻ ğọy dúhk.see jo doy đuhr.ẹrk kawm

buying food

mua đồ ăn

What's the local speciality?
Có những đặc sản
gì ở đây?
ğó nhữhrng đụhk saản
zeè ẻr đay

What's that?
Cái đó là cái gì?
ğaí đó laà ğaí zeè

Can I taste it?
Tôi có thể ăn thử
được không?
doy ğó tẻ uhn tủhr
đuhr.ẹrk kawm

How much is a kilo of (rice)?
Một cân (gạo) là bao
nhiêu?
mạwt ğuhn (gọw) laà bow
nyee.oo

Can I have a bag, please?
Cho tôi xin một cái túi?
jo doy sin mạwt ğaí doo.eé

don't need a bag, thanks.
Tôi không cần bao.
doy kawm ğùhn bow

d like ...	Cho tôi ...	jo doy ...
(200) grams	*(hai trăm) gam*	(hai chuhm) gaam
(two) kilos	*(hai) cân*	(hai) ğuhn
(three) pieces	*(ba) cái*	(baa) ğaí
a bottle	*một chai*	mạwt jai
a dozen	*một tá*	mạwt daá
a packet	*một gói*	mạwt góy
a tin	*một hộp*	mạwt hạwp
this/that one	*cái này/đó*	ğaí này/đó

listen for ...

Bạn muốn mua gì?
baạn moo.úhn moo.uh zeè — **What would you like?**

Hết rồi.
hét zòy — **There isn't any.**

Less.	Ít hơn.	ít hern
A bit more.	Một chút nữa.	mạwt júp nhừr.uh
Enough.	Đủ rồi.	đoỏ zòy

Do you have ...?	Bạn có ... không?	baan ğó... kawm
anything cheaper	cái gì rẻ hơn	ğai zeẻ zả hern
other kinds	những loại khác	nhữhrng lwai kaák

Where can I find the... section?	Cho tôi biết chỗ bán ... ở đâu?	jo doy bee.úht jãw baán ... ẻr đoh
dairy	đồ sữa	đàw sũhr.uh
frozen goods	đồ ướp lạnh	đàw uhr.érp laạng
fruit and vegetable	rau và hoa quả	zoh vaà hwaa ğwaả
meat	thịt	tịt
seafood	đồ biển	đàw beẻ.uhn

cooking utensils

đồ dùng nấu ăn

I need a ...	Tôi cần một ...	doy gùhn mạwt ...
chopping board	cái thớt	ğai tért
frying pan	cái chảo rán	ğaí jỏw zaán
knife	con dao	ğon zow

For more cooking implements, see the **dictionary**.

how would you like that?

cooked	nấu sẵn	nóh sũhn
cured	ướp muối	uhr.érp moo.eé
dried	khô	kaw
fresh	tươi	duhr.ee
fried	rán	zaán
frozen	ướp lạnh	uhr.érp laạng
raw	sống	sáwm
smoked	hun khói	hun kóy

ordering food

Asking if something contains gluten or caffein will more than likely get a blank look, particularly outside of restaurants catering to foreigners. It's best to work out beforehand which foods might have such elements and avoid them.

Is there a vegetarian restaurant near here?

	Có nhà hàng đồ chay	ğó nyaà haàng đàw jay
	nào gần đây không?	nòw gùhn đay kawm

Is it cooked in/with ...?

	Có... ở trong đó không?	ğó ... ờ chom đó kawm

Do you have ... food?	Bạn có làm món gì theo luật ... không?	bạạn ğó laàm món zeẻ tay.oo loo.uht ... kwaw
halal	Hồi giáo	hòy zów
kosher	Do Thái	zo tái

Could you prepare a meal without ...?	Bạn có thể chuẩn bị những món không có ... được không?	bạạn ğó tẻ joỏ.uhn beẹ nhữhrng món kawm ğó ... đuhr.ẹrk kawm
butter	bơ	ber
eggs	trứng	chúhrng
fish stock	nước hầm xương cá	nuhr.érk hùhm suhr.erng ğaá
meat	thịt đỏ	tịt đỏ
meat stock	nước hầm xương thịt	nuhr.érk hùhm suhr.erng tịt
MSG	mì chính	meè jíng
oil	dầu ăn	zòh uhn
pork	thịt lợn/heo Ⓝ/Ⓢ	tịt lẹrn/hay.oo Ⓝ/Ⓢ
poultry	thịt gà hay vịt	tịt gaà hay vịt

Is this ...?	Cái này có ... không?	ğaí này ğó ... kawm
free-range (chicken)	phải là (gà) ta	faỉ laà (ğaà) da
genetically modified	dùng thực phẩm biến đổi gen	zùm tụhrk fủhm bee.úhn đỏy jen
low-fat	ít chất béo	ít júht bay.oó
low in sugar	ít đường	ít đuhr.èrng
organic	phải là rau trồng hữu cơ	faỉ laà zoh chòm hũhr.oo ğer

special diet & allergies

ăn kiêng & dị ứng

I'm on a special diet.
Tôi đang theo chế
độ ăn kiêng.
doy đaang tay.oo jé
đạw uhn ğee-uhng

I'm a vegan/vegetarian.
Tôi là người ăn chay.
doy laà nguh-eeè uhn jay

I'm alergic to ...	Ăn ... làm cho tôi bị dị ứng nặng.	uhn ... laàm jo doy beẹ zeẹ úhrng nụhng
dairy produce	đồ làm từ sữa	đàw laàm dùhr sũhr.uh
eggs	trứng	chúhrng
gelatine	chất giêlatin	júht ze.laa.teen
gluten	chất glutên	júht gloo.ten
honey	mật ong	mụht om
MSG	mì chính	meè jing
nuts	các loại hạt	ğaák lwaị haạt
peanuts	hạt lạc	haạt laạk
seafood	đồ biển	đàw beẻ.uhn
shellfish	tôm cua sò hến	dawm goo.uh sò hén

This miniguide to Vietnamese cuisine lists both dishes and ligredients. It's designed to help you get the most out of your gastronomic experience by providing you with food terms that you may see on menus and in markes. The words are listed according to the Vietnamese alphabetical order (see the alphabet box below). The order of tone marks on the same vowel is: a, á, ả, ã, ạ. When we've given both the northern and the southern translation of a word, the two options are marked as N and S (for more details on regional variations, see **pronunciation,** page 15).

A a	Ă ă	Â â	B b	C c	D d	Đ đ	E e	Ê ê
aa	uh	uh	be	se	ze	đe	a	e
G g	H h	I l	K k	L l	M m	N n	O o	Ô ô
zhe	haat	ee	ğaa	e.lùh	e.muh	e.nuh	o	aw
O ơ	P p	Q q	R r	S s	T t	U u	Ư ư	V v
er	be	koo	e.ruh	e.suh	de	u	uhr	ve
X x	Y y							
ek.suh	ee.gret							

nh đào aang đàw *cherry*
nh túc aang túp *poppy seed*

ánh baáng *bread.bun.cake.pie pastry*
ánh chay baáng jay *boiled dumpling*
ánh chưng baáng juhrng
*rice cake - boiled dumpling of glutinous
rice wrapped in bamboo leaves*
anh cốm baáng ğăwm
green sticky rice cake
anh cuốn baáng ğoo.uhn
steamed roll made of rice flour
anh dày baáng zày *rice cake*
nh đa baáng đaa
ice pancake.rice wafer

bánh giò baáng jò *meat pie*
bánh hấp baáng húhp *dumpling*
bánh hỏi baáng hỏi *rice vermicelli*
bánh Hue baáng hwé *rice-flour pudding
stuffed with minced shrimp*
bánh kẹp baáng ğẹp *pancake*
bánh khoai baáng kwai
sweet-potato cake . sweet-potato crepe
bánh mì baáng meè *bread*
bánh mì kẹp baáng meè ğẹp *sandwich*
bánh mì nướng baáng meè nuhr.érng
toast
bánh mi thịt baáng meè tịt
meat (usually pork) roll with vegetables
bánh nậm baáng nụhm *sweet cake*
bánh ngô non baáng ngaw non
steamed bread made of corn flour
bánh ngọt baáng ngọt *cake*
bánh nướng baáng nuhr.érng *pastry*
bánh phở baáng fér *flat rice noodles*

bánh phồng tôm baàng fôm dawm
   prawn crackers . shrim chips
bánh tráng baàng chaảng rice paper
bánh tráng nem baàng chaảng nam
   rice wrapper
bánh tro baàng cho
   sweet cake made with the pits of
   Japanese lily fruit, water, lime & rice
bánh ướt baảng uhr.ért
   rice-noodle sheets usually cut up into
   thin strands for soups & stir-fries
bánh xèo baàng say.oò
   cross between an omelette & a crepe,
   filled with pork & prawns & wrapped
   in lettuce
bánh xừng bò baảng sùhrng bò croissant
bào ngư bòw nguhr abalone
bạch hà baạk haà mint.peppermint
bạch tuột baạk doo.uht octopus
bắp búhp corn
bắp cải tàu búhp gaỉ dòh Chinese cabbage
bắp chuối búhp joo.eé banana blossom
bắp non búhp non baby corn
bắp rang búhp zaang popcorn
bia bee.uh beer
bia tươi/hơi (N)(S) bi.uh duhr.ee/her.ee
   draught beer
bí beé squash
bí xanh beé saang courgette.zucchini
bò lá lốt bo laả lảwt minced beef
   wrapped in betel leaves & char-grilled
bông cải xanh bawm gaỉ saang broccoli
bộ lòng baw lòm offal
bột cà ri bawt gaà ree curry powder
bột lúa mì bawt loo.uh meè
   wholewheat flour
bột mì bawt meè flour
bơ ber butter.margarine
bún bún rice vermicelli
bún bò bún bò
   rice noodles with braised beef & chilli
bún bò Huế bún bo hweẻ
   rice vermicelli soup with beef & chilli
bún ốc bún áwp
   rice noodles with cooked snail meat
bưởi bủhr.ee pomelo

C

cam thảo gaam tỏw liquorice
canh gaang soup
canh chua cá gaang joo.uh gaả
   hot & sour fish soup
cá gaá fish
cá hồi gaá hòy salmon
cá mòi gaá mòy sardine
cánh gà chiên gaảng gaà jee.uhn
   fried chicken wings
cá quả hấp với bia rau gia vị gaá gwaả
   húhp ver.eé bee.uh zoh zaả vee
   rock fish steamed in beer & seasoned
cà chua gaà joo.uh tomato
càfê gaà.fe coffee
càfê đá gaa.fe daá coffee
càfê đen gaa.fe dan black coffee
càfê sữa gaa.fe sửhr.uh white coffee
càfê sữa đá gaà.fe sủhr.uh đaá
   iced white coffee
cà ri gaà ree curry
cà tím gaà dím aubergine.eggplant
cải bắp gaỉ báhp cabbage
cải bẹ trắng gaỉ be chủhng bok choy
cải bru xen gaỉ broo san Brussels sprout
cải hoa gaỉ hwaa cauliflower
cải tàu gaỉ dòw mustard greens
cải xanh gaỉ saang cabbage
chanh vàng jaang vaàng lemon
chanh xanh jaang saang lime
chay jay vegetarian a
cháo jòw congee (rice poridge)
chả cá jaả gaa fish paste.fried fish
chả cá lã vọng jaả gaá laã vom
   fried fish cooked with noodles & spring
   onions in a carcoal brazier
chả giò jaả zò fried spring rolls wrapped
   in a lettuce leaf with various herbs &
   dipped in nước chấm
chả lụa jaả loo.uh ground pork sausage
chạo tôm jow dawm minced shrimp
   wrapped around a piece of sugar cane
chân juhn leg
chân gà juhn gaả chicken feet/legs

chè jà *tea.dessert usually made from legumes*

chè bánh trôi jà baàng choy
pudding made of large & small round balls eaten with sweet sauce - the large balls are stuffed with cooked green beans

chè thái jà taí
'Thai pudding' - tapioca pudding with banana & coconut cream

chè trôi nước jà choy nuhr.érk
sweet pudding

chim bồ câu jim baw ǧoh *pigeon*

chim cút jim ǧút *quail*

chôm chôm jawm jawm *rambutan*

chuối joo.eé *banana*

con cá trích ǧon ǧaá chik *herring*

con mực ǧon muhrk *squid*

con sò lò ǧon sò lò *scallop*

cơm ǧerm *meal.rice*

cơm chiên ǧerm jee.uhn *fried rice*

cơm hương giang ǧerm huhr.erng zaang
Hue rice with vegetables

cua ǧoo.uh *crab*

củ cà rốt ǧoỏ ǧaà ráwt *carrot*

củ cải ǧoỏ ǧaỉ *turnip*

củ cải đỏ ǧoỏ ǧaỉ đỏ *radish*

củ cải trắng ǧoỏ ǧaỉ chúhng *daikon.turnip*

củ đệnh ǧoỏ zèng *beetroot*

củ đậu ǧoỏ đọh
jicama (brown-skined root vegetable)

củ hành ǧoỏ haàng *onion*

củ kiệu ǧoỏ gee.oọ *leek*

củ kiệu chua ǧoỏ ǧee.oọ joo.uh
pickled shallots

củ sen ǧoỏ san *lotus root*

cừu ǧùhr.oo *lamb*

dạ dày zaa zày *tripe*

dâu zoh *berries*

dâu tầm zoh dùhm *mulberry*

dâu tây zoh day *strawberry*

dâu tím zoh dím *raspberry*

dấm zúhm *vinegar*

dầu zòh *oil*

dầu hào zòh hòw *oyster sauce*

dầu mè zòh mà *sesame oil*

dồi tiết zòy dee.úht
'blood pudding' - coagulated blood cubes (often in Hue-style noodle soup - bún Bò Huế)

dưa zuhr.uh *melon*

dưa chuột zuhr.uh joo.uht *cucumber*

dưa chuột xanh zuhr.uh joo.uht saang
gherkin

dưa đỏ zuhr.uh đỏ *cantaloupe*

dưa hấu zuhr.uh hóh *watermelon*

dưa leo zuhr.uh lay.oo *cucumber*

dưa vàng zuhr.uh vaàng *rockmelon*

dưa xanh zuhr.uh saang *chayote.choko*

dứa zuhr.úh *pineaplle*

dừa zuhr.ùh *coconut*

Đ

đào đòw *peach*

đậu bắp đọh búhp *okra*

đậu đen đọh đan *black bean*

đậu đỏ đọh đỏ *red kidney bean*

đậu đũa đọh đoõ.uh *long bean*

đậu đũa ngắn đọh đoõ.uh ngúhn *snap pea*

đậu hòa lan xanh đọh hwaà laan saang
snow pea

đậu hũ đọh hoõ *bean curd.tofu*

đậu lăng đọh luhng *lentil*

đậu nành đọh naàng *soya bean*

đậu phọng đọh fọm *groundnut.peanut*

đậu phụ đọh foọ *see đậu hũ*

đậu que đọh ǧwa *string bean*

đậu tằm đọh dùhm *broad bean*

đậu tây đọh day *haricot bean*

đậu thân leo đọh tuhn lay.oo
runner bean

đậu trắng đọh chaáng *butter bean*

đậu vườn tươi đọh vuhr.èrn duhr.ee
fresh garden pea

đậu xanh đọh saang *mung bean*

đinh hương đing huhr.erng *clove*

đu đủ đoo đoỏ *papaya.pawpaw*

đùi lợn muối đoo.eè lern moy *ham*

đường đuhr.èrng *sugar*

Ê

ếch ék *frog*

G

gan gaan *liver*
gà gaà *chicken*
gà lôi gaà loy *pheasant*
gà tây gaa day *turkey*
gạo gow *uncooked rice*
gia cầm zaa gùhm *poultry*
giá zaá *bean sprouts*
gỏi cuốn gỏi gòo.úhn *fresh rice-paper rolls*
gỏi ngó sen gỏi ngó san *lotus stem salad*
gừng gùhmg *ginger*

H

hải sản hai saản *seafood*
hạt điều hạat dee.oò *cashew*
hạt sen hạat san *lotus seed*
heo rừng hay.oo zùhrng *wild boar*
hẹ tây hạ day *shallot onion*
hến hén *mussel*
hồng hàwm *perimmon*
hột dẻ hạwt zẻ *chestnut*
hột vịt lộn hạwt vịt lạwn *boiled duck egg*

K

kem gạm *cream.ice cream*
kẹo gạy.oọ *candy.lollies.sweets*
khế kẻ *star fruit*
khoai lang kwai laang *sweet potato*
khoai mì kwai meè *cassava.manioc*
khoai môn kwai mawn *taro root*
khoai tây kwai day *potato*
khoai tây chiên kwai day jee.uhn
  chips.fries
khô bò kaw bỏ *beef jerky*
khổ qua kảw gwaa *bitter melon (also
  called (mướp đắng)*

L

lá lốt laá lảwt *betel leaf*
lạp xưởng lạap suhr.ẻrng
  sweet Chinese pork sausage
lẩu lòh *hotpot*
lẩu dê lòh ze *lamb or goat hotpot*
lẩu lươn lòh luhr.ern *eel hotpot*
lê le *pears*
lòng lòm *giblets.offal*
lươn luhr.ern *eel*

M

măng cầu maăng gòh *custard apple*
mắm nêm mủhm nem *anchovy sauce*
mắm ruốc mủhm roo.úhk *shrimp sauce*
măng muhng *bamboo shoots*
măng cụt muhng gụt *mangosteen*
măng tây muhng day *asparagus*
mận mụhn *plum*
mật ong muht om *honey*
me ma *tamarind*
men man *yeast*
mè mà *sesame seeds*
miến mee.úh *vermicelli*
mía mee.úh *sugar cane*
mì meè *noodles*
mì ống meè àwm *pasta*
mít mít *jackfruit*
món ăn nhẹ món uhn nya *snack*
mơ mer *apricot*
mỡ lợn mèr lẹrn *(pork) lard*
muối moo.eé *salt*
mù tạc moo dạak *mustard*
mướp đắng muhr.érp dủhng *bitter melon
  (also called khổ qua)*
mực mụhrk *squid*
mực khô mụhrk kaw *dried squid*
mứt mứht
  jam.sugared dried fruits & vegetables
mứt mận khô mứht mụhn kaw *prune*

N

nấm nùhm *mushrooms*
nấm hương nùhm huhr.erng
  Chinese blach mushrooms
nấm nùhm may.oọ *tree ear mushrooms*
  -also called 'cloud ears' or 'wood ears'
nấm rơm nùhm zerm *straw mushrooms*
nem nam *ground pork sausage (cold
  meat often used in sandwiches)*
nem nướng nam nuhr.erng *grilled meat-
  balls eaten with rice noodles & fish sauce*
nem rán nam zaán
  spring rolls (north Vietnam)
ngô ngaw *corn*
ngỗng ngãw *goose*
nhãn nyuhn *longan*
nho nyo *grapes*
nước nuhr.érk *water*
nước cam nuhr.érk ğaam *orange juice*
nước chấm nuhr.érk jùhm
  *dipping sauce made from fish sauce,
  sugar, lime juice & chilli*
nước dừa nuhr.érk zuhr.uh *coconut milk*
nước mắm nuhr.érk mũhm *fish sauce*
nước mía nuhr.érk mee.úh *sugar-cane juice*
nước ngọt nuhr.érk ngọk *soft drink*
nước tương nuhr.érk duhr.erng *soy sauce*
nước sô-đa nuhr.érk saw-đaa
  sparkling mineral water
nước suối nuhr.érk soo.eé
  still mineral water

mai aw mai *apricots (or other small
  fruits) preserved in salt, licorice & ginger*
  ẳwp *snails*
 cuốn chả ẳwp ğoo.úhn jaả *rolled
 ails*
  hấp bia ẳwp hùhp bee.uh
 snails cooked with bee
  xào cả võ ẳwp sòw ğaả võ
 tir-fried snails (still in their shells)*

Ơ

ớt ért *chilli*
ớt hiểm ért heẻ.uhm
  'bird' eye chilli' - small, fiery chilli
ớt ngọt ért ngọk *capsicum*
ớt xanh ért saang
  green capsicum.pepper (sweet)

P

phó mát fó maát *cheese*
phòng phong fòm fom *parsnip*
phở fểr *noodle soup usually served with
  beef or chicken*
phở bò fểr bò *noodles served with beef*
phở gà fểr gaả *noodles served with
  chicken*

Q

quả/trái bơ ⒩/Ⓢ ğwaả/chaí ber *avocado*
quít ğwít *mandarin.tangerine*

R

rau cải ngọt tây zoh ğaỉ ngọk day *spinach*
rau má zoh maá *pennywort*
rau muống zoh moo.úhng *water spinach*
rau mùi Ⓝ zoh moo.eè *cilantro.coriander*
rau ngò Ⓢ zoh ngò *spinach*
rau sống zoh sáwm *vegetables*
rau xanh zoh saang *greens*
rau xà lách zoh zaả laák *lettuce.salad*
râu giầm zoh zúhm *pickles*
rượu zee.oọ *wine*
rượu cần zee.oọ gùhn *mild rice wine
  drunk with a straw from the jar it's
  brewed in*
rượu cồn zee.oọ ğàwn *spirits*
rượu nếp zee.oọ nếp *rice wine*
rượu rắn zee.oọ zừhn *'snake wine' - rice
  wine with a pickled snake floating in it*

culinary reader

rượu sâm banh zee.oọ suhm baang
  champagne
rượu vang có ga zee.oọ vaang gỏ gaa
  sparking wine
rượu vang đỏ zee.oọ vaang đỏ red wine
rượu vang trắng zee.oọ vaang chaáng
  white wine

S

sa lát saa laát salad
sà lách son saà laák son watercress
sầu riêng sòh zee.uhng durian
sò sò mussel.oyster
sô cô la saw ğaw laa chocolate
sữa sũhr.uh milk
sữa chua sũhr.uh joo.uh yogurt
sữa đậu nành sũhr.uh đọh naàng soy milk
sữa tươi không béo
  sũhr.uh đuhr.ee kawm bay.oó skim milk
sườn suhr.èrn ribs

T

táo đów apple
thận tụhn kidney
thì là teè.laà fennel
thịt bê tịt be veal
thịt bò tịt bò beef
thịt chó tịt jó dog meat
thịt cừu tịt ğuhr.où lamb
thịt heo hun khói tịt hay.oo hun kóy
  bacon
thịt kho nước dừa tịt ko nuhr.érk zuh.ùh
  pork braised in coconut milk
thịt lợn/heo ⑩/Ⓢ tịt lẹrn/hay.oo pork
thịt nướng tịt nuhr.érng grilled meat
thịt rắn tịt zúhn snake meat
thỏ tỏ rabbit
tiêu đee.oo pepper (spice)
tim đim heart
tỏi đỏi garlic
tôm đawm shrimp
tôm đất đawm đúht crayfish

tôm hùm đawm hùm lobster
tôm khô đawm kaw dried shrimp
tôm to đawm to prawn
tôm xào hành nấm đawm sòw haàng
  nŭhm shrimp with mushrooms
trái bí đỏ chaí beé đỏ pumpkin
trái bưởi tây chaí bủhr.ee day grapefruit
trái cam chaí ğaam orange
trái cây chaí ğay fruit
trái chanh dây chaí jaang zay passionfruit
trái đậu chaí đọh legume
trái nho khô chaí nyo kaw raisin
trà chaà tea
trầu không chòh kawm betel
trứng chúhrng egg
trứng bóc vỏ luộc chúhrng bop vỏ loo.uhk
  poached egg
trứng luộc chín chuhrng loo.ụhk jin'
  hard-boiled egg
trứng tráng chúhrng chaáng omelette
trứng vừa chín chùhrng vuhr.ùh jin'
  soft-boiled egg
tương đuhr.erng soy sauce
tương ớt đuhr.erng ért chilli sauce

V

vải vaí lychee
vịt vịt duck

X

xá xíu saá see.oó barbecue pork
xả saả lemon grass
xì dầu seè zòh soy sauce
xoài swaì mango
xò nhỏ sò nyỏ cockle
xôi soy gluttinous rice
xúc xích lợn súp sík lẹrn pork sausage
xúc xích Ý súp sík eé salami
xúp sup soup
xương sườn suhr.erng suhr.érn spareri

emergencies

trường hợp khẩn cấp

Help!	*Cứu tôi với!*	ğuhr.oó doy vér.ee
Stop!	*Dừng lại đi!*	zùhrng lại đee
Go away!	*Đi đi!*	đee đee
Thief!	*Cướp!*	ğuhr.éıp
Fire!	*Cháy!*	jáy
Watch out	*Cẩn thận!*	gủhn tụhn

Call the police!
  Gọi cảnh sát!   gọy ğaảng saát

Call a doctor!
  Gọi bác sĩ!   gọy baák seẽ

Call an ambulance!
  Gọi một xe cứu thương!   gọy mạwt sa ğuhr.oó tuhr.erng

It's an emergency.
  Đó là một ca   đó laả mạwt ğaa
  cấp cứu.   ğủhp ğhuhr.oó

There's been a accident.
  Có một tai nạn.   ğó mạwt dai nạạn

Can I use your phone?
  Tôi có thể dùng điện thoại   doy ğó tẻ zùm đee.ụhn twại
  của bạn được không?   ğoỏ.uh bạạn đuhr.ẹrk kawm

signs

Bệnh Viện	bẹng vee.ụhn	**Hospital**
Cảnh Sát	gaảnh saát	**Police**
Đồn Cảnh Sát	đàwn gaản saát	**Police Station**
Phòng Cấp Cứu	fòm ğủhp ğuhr.oó	**Emergency Department**

Could you please help?
   Làm ơn giúp đỡ?   laàm ern zúp đēr

I'm lost.
   Tôi bị lạc.   doy beẹ laạk

Where are the toilets?
   Nhà vệ sinh ở đâu?   nyaà vẹ sing ẻr đoh

Is it safe ...?	*Nó có an toàn*	nó ğó an dwaàn
	... không?	... kawm
at night	*vào ban đêm*	vòw baan đem
for gay	*cho những người*	jo nyũhrng nguhr.eẻ
people	*luỡng tính*	lũhr.erng ding
for travellers	*cho khách du lịch*	jo kaák zoo lịk
for women	*cho phụ nữ*	jo foọ nũhr
on your own	*cho bản thân*	jo baản tuhn

police

cảnh sát

Where's the police station?
   Đồn cảnh sát ở đâu?   đàwn ğaảng saát ẻr đoh

Please telephone the Tourist Police.
   Làm ơn gọi đến phòng   laàm ern gọy đén fòm
   Cảnh Sát Du Lịch.   ğaảnh sát zoo lịk

I want to report an offence.
   Tôi muốn tường trình   doy moo·úhn duhr·èrng chìng
   một hành vi phạm tội   mạwt haàng vee faạm dọy

It was him/her.
   Đó là anh/cô ấy.   đó laà aang/ğaw áy

I have insurance.
   Tôi có bảo hiểm   doy ğó bỏw heẻ·uhm

I've been ...	*Tôi đã từng bị ....*	doy đaã dùhrng beẹ ...
assaulted	*hành hung*	haàng hum
raped	*hiếp dâm*	hee.úhp zuhm
robbed	*ăn cướp*	uhn ğuhr.érp

My ... was/were stolen.	... của tôi đã bị lấy cắp	... ğoỏ.uh doy đaã beẹ láy ğúhp
credit card	hẻ tín dụng	tả dín zụm
handbag	Túi sách tay	doo.eé saák day
papers	Giấy tờ	záy dèr
passport	Hộ chiếu	hạw chee.oó
wallet	Ví	veé

I've lost my ...	Tôi đã bị mất ...	doy đaã beẹ múht ...
backpack	ba lô	ba law
bags	túi sách	doo.eé saák
jewellery	trang sức	chaang súhrk
money	tiền	dee.ùhn
travellers cheques	séc du lịch	sák zoo lịk

What am I accused of?

Tôi bị kết tội gì? — doy beẹ ğét dọy zeè

I didn't realise I was doing anything wrong.

Tôi không hề biết là tôi đã làm điều gì sai trái. — doy kawm hè bee.úht laà doy đã laàm đee.oò zeè sai chaí

I didn't do it.

Tôi đã không làm điều đó. — doy đaã kawm laàm đee.oò đó

Can I pay an on-the-spot fine?

Tôi có thể trả tiền phạt ngay ở đây được không? — doy ğó tẻ chaả dee.ùhn faạt ngay ẻr đay đuhr.ẹrk kawm

Can I make a phone call?

Tôi có thể gọi điện thoại được không? — doy ğó tẻ gọy đee.ụhn twại đuhr.ẹrk kawm

Can I have a lawyer (who speaks English)?

Tôi có thể có một luật sư (nói tiếng Anh) được không? — doy ğó tẻ ğó mạwt lwụht suhr (nóy dee.úhng aang) đuhr.ẹrk kawm

This drug is for personal use.
Số ma túy này là để sử dụng cá nhân.
sáw maa dweé này laà để sửhr zụm ğaá nyuhn

I have a prescription for this drug.
Tôi có đơn thuốc cho loại thuốc này.
doy ğó dern too.úhk jo lwại too.úhk này

I want to contact my ...	Tôi muốn liên lạc với ...	doy moo.úhn lee.uhn laạk ver.eé ...
consulate	phòng lãnh sự	fòm laãng sụhr
embassy	đại sứ quán	đại súhr ğwaán

Anh/Cô bị buộc tội về ... m/f	aang/ğaw beẹ boo.ụhk dọy vè ...	You're charged with ...
ăn cắp	uhn ğúhp	shoplifting
ăn trộm	uhn chạwm	theft
hành vi	haàng vee	possession
chiếm hữu	jee.úhm hũhr.oo	of illegal
tài sản trái phép	dài saản chaí fáp	substances
hành vi chống	haàng vee jóm	anti-
đối chính	đóy jíng	govement
quyền	gwee.ùhn	activity
không có thị thực nhập cảnh	kawm ğó teẹ tụhrk nyụhp ğaảng	not having a visa
tội hành hung	dọy haàng hum	assault
tội quấy rối trật tự	dọy ğwáy zaw.eé chụht dụhr	disturbing the peace
visa hết hạn	vee.saa hét haạn	overstaying your visa

Sẽ bị phạt tiền do ...	sã beẹ faạt dee.ùhn zo ...	It's a ... fine.
đi xe quá tốc độ cho phép	dee sa ğwaá dáwp đạw jo fáp	speeding
đỗ xe không đúng chỗ quy định	đãw sa kom đúm jãw ğwee địng	parking

doctor

bác sĩ

Where's the	... gần nhất	... gùhn nyút
nearest ...?	ở đâu?	ẻr đoh
dentist	Phòng khám	fòm kaám
	nha khoa	nyaa kwaa
doctor	Bác sĩ	baák seĕ
emergency	Phòng cấp cứu	fòm gúhp gùhr·oó
department		
hospital	Bệnh viện	bẹng vee·ụhn
medical	Trung tâm	chum duhm
centre	khám bệnh	kaám bẹng
optometrist	Phòng khám	fòm kaám
	thị lực	teẹ lụhrk
(night)	(Đêm) Cửa	(đem) gừhr·uh
pharmacist	hàng dược phẩm	haàng zuhr·ẹrk fủhm

I need a doctor (who speaks English).

Tôi cần một bác sĩ   doy gùhn mạwt baák seĕ
(nói tiếng Anh).   (nóy dee·úhng aang)

Could I see a female doctor?

Tôi có thể gặp một bác   doy gó tẻ gụhp mạwt baák
sĩ nữ được không?   seĕ nũhr đuhr·ẹrk kawm

Could the doctor come here?

Bác sĩ có thể đến đây   baák seĕ gó tẻ đén đay
được không?   đuhr·ẹrk kawm

Is there an after-hours emergency number?

Trong trường hợp khẩn   chom chuhr·èrng hẹrp kủhn
cấp có số nào để gọi   gúhp gó sáw nòw đẻ gọy
ngoài giờ làm việc không?   ngwaì zèr laàm vee·ụhk kawm

I've run out of my medication.

Tôi đã hết thuốc   doy đaã hét too·úhk
điều trị.   đee·oò chẹe

This is my usual medicine.
> Đây là thuốc uống bình đay laà too.úhk oo.úhng bìng
> thường của tôi. tuhr.èrng ğoỏ.uh doy

My child weighs (20) kilos.
> Con tôi nặng ğon doy nụhng
> (hai mươi) cân. (hai muh.ee) ğuhn

My presscription is ...
> Đơn thuốc của tôi là ... đern too.úhk ğoỏ.uh doy laà ...

How much will it cost?
> Cái đó là bao nhiêu? ğaí đó laà bow nyee.oo

Can I habe a receipt for mu insurance?
> Cho xin hóa đơn để gửi jo sin hwaá đern để gủhr.ee
> cho công ty bảo hiểm jo ğom dee bỏw heẻ.uhm
> được không? đuhr.ẹrk kawm

I don't want a blood transfusion.
> Tôi không muốn doy kawm moo.úhn
> truyền máu. chwee.ùhn móh

Please use a new syringe.
> Xin hãy dùng ống sin hãy zùm áwm
> tiêm mới. dee.uhm mer.eé

I have my own syringe.
> Tôi có ống tiêm của doy ğó áwm dee.uhm ğoỏ.uh
> mình rồi. ming zaw.eè

I've been	Tôi đã tiêm	doy đaã dee.uhm
vaccinated	vắc-xin	vúhk.seen
against ...	phòng bệnh ...	fòm bẹng ...
He/She has been	Anh/Cô ấy đã	aang/ğaw áy đaã
vaccinated	tiêm vắc-xin	dee.uhm vúhk.seen
against ...	phòng bệnh ...	fòm bẹng ...
hepatitis	viêm gan	vee.uhm gaan
A/B/C	A/B/C	aa/be/se
tetanus	uốn ván	oo.úhn vaán
typhoid	sốt thương hàn	sáwt tuhr.erng haàn

I need new ...	Tôi cần ... mới.	doy ğùhn ... mer.eé
contact lenses	kính áp tròng	ğíng úhp chòm
glasses	kính	ğíng

Bạn có vấn đề gì?
baạn ğó vúhn đà zeẻ?
What's the problem?

Bạn thấy đau ở chỗ nào?
baạn táy đoh ẻr jãw nòw
Where does it hurt?

Bạn có bị sốt không?
baạn ğó beẹ sáwt kawm
Do you have a temperature?

Bạn bị đau như thế này bao lâu rồi?
baạn beẹ đoh nyuhr té này bow loh zòy
How long have you been like this?

Bạn đã bị như thế này bao giờ chưa?
baạn đaã beẹ nyuhr té này bow zèr juhr.uh
Have you had this before?

Gần đây bạn đã có quan hệ tình dục với ai không?
gùhn đay baạn đaã ğó ğwaan heẹ dìng zụp ver.eé ai kawm
Are you sexually active?

Bạn đã bao giờ có quan hệ tình dục mà không dùng đến biện pháp an toàn chưa?
baạn đaã bow zèr ğó ğwaan heẹ dìng zụp maà kawm zùm đén bee.uhn faáp aan dwaàn juhr.uh
Have you had unprotected sex?

Bạn có dùng ma túy không?
baạn ğó zùm maa dweé kawm
Do you take drugs?

Bạn có hút thuốc lá không?
baạn ğó hút too.úhk laá kawm
Do you smoke?

Bạn có uống rượu không?
baạn ğó oo.úhng zee.oọ kawm
Do you drink?

Bạn bị dị ứng cái gì không?
baạn beẹ zeẹ úhrng ğaí zeẻ kawm
Are you allergic to anything?

Bạn đang dùng thuốc không?
baạn đaang zùm too.úhk kawm
Are you on medication?

Bạn định đi du lịch bao nhiêu lâu?
  baạn dịng đee zoo lịk   **How long are you**
  bow nyee.oo loh   **travelling for?**

Bạn cần phải nhập viện.
  baạn ğừhn faỉ nyụhp   **You need to be admitted**
  vee.ụhn   **to hospital.**

Bạn nên đi khám lại khi bạn về nước.
  baạn nen đee kaám laị   **You should have it checked**
  kee baạn vè nuhr.érk   **when you go home.**

Bạn nên đi về nước để điều trị bệnh luôn.
  baạn nen đee vè   **You should return home**
  nuhr.érk đè đee.oò   **for treatment.**
  cheẹ bẹng loo.uhn

Bạn là người mắc chứng nghi bệnh.
  baạn laà nguhr.eè múhk   **You're a hypochondriac.**
  júhrng ngyee bẹng

symptoms & conditions

triệu chứng & bệnh tật

I'm sick.	*Tôi bị ốm.*	doy beẹ áwm
My (child) is sick.	*(Con) của tôi*	(ğon) ğoỏ.uh doy
	đang bị ốm.	đaang beẹ áwm
He/She is having	*Anh/Cô ấy*	aang/ğaw áy
a/an ...	*đang ...*	đaang ...
allergic reaction	*bị dị ứng*	beẹ zeẹ úhrng
asthma attack	*bị cơn hen*	beẹ ğern han
	suyễn	swee.uhn
baby (right now)	*đau đẻ*	đoh đả
epileptic fit	*bị cơn động*	beẹ ğern đạwm
	kinh	ğing
heart attack	*bị cơn đau tim*	beẹ ğern đoh dim

SAFE TRAVEL

...'ve been ...	Tôi bị ...	doy bee ...
...e/She has been ...	Anh/Cô ấy bị ...	aang/ğaw áy bee ...
...injured	chấn thương	júhn tuhr.erng
...vomiting	nôn	nawm
...eel ...	Tôi cảm thấy ...	doy ğủhm táy ...
...anxious	hồi hộp	hòy hạwp
...better	tốt hơn	dáwt hern
...depressed	trầm cảm	chùhm ğảảm
...dizzy	choáng mặt	jwaáng muht
...hot and cold	vừa nóng	vuhr.ùh nóm
	vừa lạnh	vuhr.ùh laạng
...nauseous	buồn nôn	boo.ùhn nawn
...shivery	lạnh run	laạng zun
...strange	lạ	laạ
...weak	yếu	ee.oó
...worse	đau hơn	đoh hern

...hurts here.

Nó đau ở chỗ này.	nó đoh ẻr jãw này

...n dehydrated.

Tôi đang bị thiếu nước.	doy đaang bee tee.oó nuhr.érk

...an't sleep.

Tôi không ngủ được.	doy kawm ngoỏ đuhr.ẹrk

...hink it's the medication I'm on

Tôi nghĩ nó do thuốc	doy ngyeẽ nó zo too.úhk
mà tôi đang dùng.	maà doy đaang zùm

...n on medication for ...

Tôi đang dùng thuốc	doy đaang zùm too-úhk
để điều trị bệnh ...	đẻ đee-oò chẹ bẹọng ...

...e/She is on medication for ...

Anh/Cô· ấy đang dùng	aang/ğaw áy đaang zùm
thuốc để điều	too.úhk đẻ đee.oò
trị bệnh ...	chẹ bẹng ...

...ave (a/an) ...

Tôi bị ...	doy bee ...

...e/She has (a/an) ...

Anh/Cô ấy bị ...	aang/ğaw áy bee ...

health

179

asthma	bệnh hen suyễn	bẹng han sweẽ.uhn
cold n	cảm	ğaảm
constipation	táo bón	dów bón
cough n	ho	ho
dengue fever	bệnh sốt xuất huyết	bẹng sáwt swúht hwee.úht
diabetes	bệnh tiểu đường	bẹng deẻ.oo đuhr.èrng
diarrhoea	tiêu chảy	dee.oo jảy
fever	sốt	sáwt
headache	đau đầu	đoh đòh
heat stroke	lả đi vì nóng	laả đee veẻ nóm
malaria	bệnh sốt rét	bẹng sáwt zát
nausea	buồn nôn	boo.ùhn nawn
pain	đau	đoh
sore throat	viêm họng	vee.uhm họm
sunburn	sự rám nắng	sụhr zúhm núhng

women's health

sức khỏe của phụ nữ

(I think) I'm pregnant.

(Tôi nghĩ) Tôi có bầu. (doy ngyeẽ) doy ğó bòh

I'm on the pill.

Tôi đang dùng thuốc tránh thai. doy đaang zùm too.úhk chaáng tai

I haven't had my period for (six) weeks.

Hơn (sáu) tuần rồi tôi không bị hành kinh. hern (sóh) dwaàn zòy doy kawm bẹ haàng ğing

I've noticed a lump here.

Tôi mới thấy tôi có u ở đây. doy mer.eé táy doy ğó oo ẻr đay

Do you have something for (period pain)?

Bạn có thuốc gì để giảm (đau bụng hành kinh) không? bạn ğó too.úhk zeè đẻ zaảm (đoh bụm haàng ğing) kawm

I have a ...	Tôi đang bị ...	doy đaang beẹ ...
urinary tract infection	nhiễm trùng đường tiết niệu	nyeë.uhm chum đuhr.èrng dee.úht nee.oọ
yeast infection	bệnh phụ khoa	bẹng foọ kwaa
need ...	Tôi cần ... thai.	doy ğùhn ... tai
contraception	thuốc ngừa	too.úhk nguhr.ùh
the morning-after pill	thuốc tránh	too.úhk chaáng
a pregnancy test	khám	kaám

the doctor may say ...

Bạn có dùng phương pháp nào để tránh thai không? baạn ğó zùm fuhr.erng faáp nòw để chaáng tai kawm	**Are you using contraception?**
Bạn có đang bị hành kinh không? baạn ğó đaang beẹ haàng ğing kawm	**Are you menstruating?**
Bạn có bầu không? baạn ğó bòh kawm	**Are you pregnant?**
Kỳ hành kinh cuối cùng của bạn là bao giờ? ğeè haàng ğing ğoo.eé gùm ğoỏ.uh baạn laà bow zèr	**When did you last have your period?**
Bạn có bầu. Ⓝ Bạn đang mang thai. Ⓢ baạn ğó bòh Ⓝ baạn đaang maang tai Ⓢ	**You're pregnant.**

allergies

dị ứng

I have a skin allergy.	Tôi bị dị ứng ngoài da.	doy beẹ zee úhrng ngwai zaa
I'm allergic to ...	... làm tôi bị dị ứng.	... laàm doy beẹ zee úhrng
He/She is allergic to ...	... làm anh/cô ấy bị dị ứng.	... laàm aang/ğaw áy beẹ zee úhrng
antibiotics	Thuốc kháng sinh	too·úhk kaáng sing
anti-inflammatories	Thuốc chống viêm	too·úhk jóm vee·uhn
aspirin	Thuốc giảm đau	too·úhk zaảm đoh
bees	Con ong	ğon om
codeine	Thuốc côđêin	too·úhk ğo·đeen
penicillin	Thuốc pênicilin	too·úhk pe·nee·see·lin
pollen	Phấn hoa	fúhn hwaa
sulphur-based drugs	Thuốc có chất lưu huỳnh	too·úhk ğó júht luhr·oo hwing
antihistamines	thuốc chống dị ứng phấn hoa	too·úhk jóm zeẹ úhrng fúhn hwaa
inhaler	ống xịt thuốc	áwm sịt too·úhk
injection	phát tiêm	faát dee·uhm

For food-related allergies, see **vegetarian & special meals**, page 164.

the good oil

Everywhere you go in Vietnam, the traditional pain treatment of choice is a green oil found in a tiny bottle - *dầu xanh* zòh saang. It's a blend of camphor, menthol and eucalytus that's applied to temples, joints and other sore spots. If nothing else, it certainly clears the head. A dab is also used beneath the nostrils to mask unpleasant odours.

SAFE TRAVEL

182

parts of the body

My ... hurts.
... của tôi đang bị đau.
... ğoỏ.uh doy đaang beẹ đoh

I can't move my ...
... của tôi không vận
động được.
... ğoỏ doy kawm vụhn
đạwn đuhr.ẹrk

I have a cramp in my ...
... bị chuột rút.
... beẹ joo.ụht zút

My... is swollen.
... của tôi đang
bị sưng.
... ğoỏ.uh doy đaang
beẹ suhrng

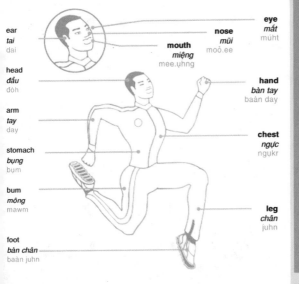

ear
tai
dai

eye
mắt
müht

nose
mũi
moỏ.ee

mouth
miệng
mee.ụhng

head
đầu
đòh

hand
bàn tay
baàn day

arm
tay
day

chest
ngực
ngụkr

stomach
bụng
bụm

bum
mông
mawm

leg
chân
juhn

foot
bàn chân
baàn juhn

alternative treatments

I don't use (Western medicine).
Tôi không dùng (thuốc tây).   doy kawm zùm (too.úhk đay)

I prefer ...	*Tôi thích ... hơn.*	doy tík ... hern
Can I see	*Tôi có thể gặp*	doy ǧó tẻ gụhp
someone who	*bác sĩ chuyên*	baák sẽē jwee.uhn
practices ...?	*gia về ...?*	zaa vè ...
acupunture	*chấm cứu*	júhm ǧuhr.oó
herbal	*thuốc cổ*	too.úhk ǧảw
medicine	*truyền*	jwee.ùhn
naturopathy	*thiên nhiên*	tee.uhn nyee.uhn
	liệu pháp (không	lee.oọ faáp (kawm
	dùng thuốc)	zùm too.úhk)
reflexology	*vật lý trị liệu*	zụht leé cheé lee.oọ

written on the skin

If you're not feeling a hundred per cent you might be inclined
to try one of the following local medical treatments (these
kinds of practices tend to have Chinese origins - *đông y*
dawm ee).

cạo gió   ǧọw zó

An oil-dipped coin is used to score lines into the skin. The
procedure is said to draw out illness and encourage
ballance in the body. The vivid, tell-tale welts take a few
days to disappear.

giác   zaák

This treatment is a form of acupressure. Small, heated,
glass cups are placed on your skin where treatment is
required, the heat causes suction and creates a vacuum,
gripping the skin tight. On an area like the back, a number
of cups are used while on the forehead, you'll enjoy one,
smack-bang in the middle. Once removed, a perfect
circular welt remains, often for a few days. Like coining,
cupping is said to draw out the impurities that cause colds,
flus, chronic pain and a grab bag of other ailments.

pharmacist

dược sĩ

I need something for (a headache).
Tôi cần thuốc (đau đầu).　　doy gùhn too.úhk (đoh đòh)

Do I need a prescription for (antihitamines)?
Tôi có cần đơn thuốc　　doy gó gùhn đern too.úhk
cho (thuốc chống dị　　jo (too.úhk jóm zeẹ
ứng phấn hoa)?　　úhrng fúhn hwaa)

I have a prescription.
Tôi có đơn thuốc đây.　　doy gó đern too.úhk đay

What's the correct dosage?
Liều lượng chính　　lee.oò luhr.ẹrng jín
xác là gì?　　saák laà zeè

How many times a day?
Mấy lần một ngày?　　máy lùhn mạwt ngày

Will it make me drowsy?
Thuốc này có gây　　too.úhk này gó gay
buồn ngủ không?　　boo.ùhn ngoõ kawm

antiseptic n	*thuốc diệt trùng*	too.úhk zee.ụht chùm
condoms	*bao cao su*	bow gow soo
contraceptives	*thuốc tránh thai*	too.úhk chaáng tai
painkillers	*thuốc giảm đau*	too.úhk zaảm đoh
rehydration	*thuốc muối*	too.úhk moo.eé
salts	*hyđrat*	hee.drat

the pharmacist may say ...

Hai lần một ngày (với bữa ăn)
hai lùhn mạwt ngày　　**Twice a day (with food).**
(ver.eé būhr.uh uhn)

Bạn đã dùng thuốc này bao giờ chưa?
baạn đaã zùm too.úhk　　**Have you taken**
này bow zèr juhr.uh　　**this before?**

Bạn phải dùng hết liều thuốc.
baạn faỉ zùm hét　　**You must complete**
lee.oò too.úhk　　**the course.**

health

185

dentist

bác sĩ nha khoa

I have a ...	Tôi bị ...	doy beẹ ...
broken tooth	gẫy một cái răng	gãy mạwt gai zuhng
cavity	sâu răng	soh zuhng
toothache	đau răng	đoh zuhng

My dentures are broken.
Bộ răng giả của tôi bạw zuhng zaả ğoỏ.uh doy
bị hỏng. beẹ hỏm
My gums hurt.
Lợi của tôi đang bị đau. ler.eẹ ğoỏ.uh doy đaang beẹ đoh

I don't want it extracted.
Tôi không muốn doy kawm moo.úhn
nhổ răng. nyảw zuhng

I need a/an ...	Tôi cần ...	doy ğùhn ...
anaesthetic	thuốc gây tê	too.úhk gay de
filling	vật liệu	vụht lee.oọ
	trám răng	chaán zuhng

the dentist may say ...

Cái này chắc không đau.
ğaí này júhk kawm đoh — **This won't hurt a bit.**

Cứ cắn vào cái này.
ğuhr.oó ğúhn vòw ğaí này — **Bite down on this.**

Cứ mở miệng rộng.
ğuhr.oó mẻr mee.ụhng zạwm — **Open wide.**

Đừng cử động.
đùhrng ğủhr đạwm — **Don't move.**

Súc miệng đi!
súp mee.ụhng đee — **Rinse!**

Lại đây, tôi chưa xong.
laị đay doy juhr.uh som — **Come back, I haven't finished.**

In this dictionary, you'll find words marked with **n, a, adv, prep** and **v** (indicating noun, adjective, adverb, preposition and verb) where necessary. When we've given both the northern and the southern translation of a word, the two options are marked as Ⓝ and Ⓢ and separated with a slash (for more details on regional variations, see **pronunciation,** page 15). For food terms, see the **culinary reader,** page 165.

A

able *có thể* ġó té
aboard (boat) *trên tàu* chen dòh
aboard (train) *xe* sả
abortion *sự phá thai* suhr faá tai
about *gần* guhn
above *ở trên* ẻr chen
abroad *nước ngoài sắp*
  nuhr.érk ngwai súhp
accept *nhận* nyuhn
accident *tai nạn* dai naạn
accommodation *chỗ ở* jãw ẻr
account *tài khoản* dai kwaản
across *từ bên này sang bên kia*
  duhr ben này saang ben ġee·uh
activist *nhà hoạt động*
  nyaa hwaat dawm
actor *tài tử/ đại diễn*
acupuncture *châm cứu* juhm ġuhr·oó
adaptor *ổ cắm điện* ảw ġuhm dee·uhn
addiction *thói nghiện* toy ngyee·uhn
address n *địa chỉ* dee·uh jẻe
administration *hành chánh* haảng jaáng
admission (price) *giá vé* zaá vá
admit *thú nhận* toó nyuhn
adult n *người lớn* nguhr·eè lẻrn
advertisement *bài quảng cáo*
  bai ġwaảng ġów
advice *lời khuyên* ler·eè kwee·uhn
aerobics *thể dục thẩm mỹ*
  tẻ zụp tủhm meẽ
aeroplane *máy bay* máy bay
afraid *sợ hãi* sẹr hai

Africa *Châu Phi* joh fee
after *sau* soh
afternoon *buổi chiều* boỏ·ee jee·oò
aftershave *nước hoa cho đàn ông*
  nuhr·érk hwaa jo đaan awm
again *lại* lại
against *đối lập với* đóy luhp ver·ee
age n *tuổi* doỏ·ee
ago *cách đây* ġaák day
agree *đồng ý* đàwm eé
agriculture *nông nghiệp* nawm ngyee·uhp
ahead *về phía trước* vè fee·uh chuhr·érk
AIDS *SIDA* see·đaa
air *không khí* kawm keé
air-conditioned *được không điều hòa*
  nhiệt độ đuhr·érk kawm đee·oò hwaa
  nyee·uht đạw
air conditioning *điều hòa* đee·oò hwaả
airline *hãng máy bay* haãng máy bay
airmail *đường hàng không* đuhr·èrng
  haàng kawm
airplane *máy bay* máy bay
airport *sân bay* suhn bay
airport tax *thuế hải quan* twé hai ġwaan
aisle (on plane) *lối đi* lóy dee
alarm clock *đồng hồ báo thức*
  đàwm hàw bów tuhrk
alcohol *rượu* zee·oọ
all *tất cả* dúht ġaả
allergy *dị ứng* zee úhrng
allow *cho phép* jo fáp
allowed *được phép* đuhr·érk fáp
almost (time) *sắp* súhp
alone *một mình* mawt mìng
already *rồi* zòy

also *cũng* gùm
altar *bàn thờ* baan tèr
altitude *độ cao* daw gow
always *luôn luôn* loo.uhn loo.uhn
ambassador *đại sứ* dại sùhr
ambulance *xe cấp cứu* sa ğúhp ğuhr.oó
American football *đá bóng Mỹ* daá bóm meẽ
anaemia *bệnh thiếu máu* beng tee.oó móh
anarchis n
  người tin vào thuyết vô chính phủ nguhr.eè din vòw twee.úht vaw jing foỏ
ancient *cổ* ğầw
and *và* vaà
angry *tức giận* dúhrk zuhn
animal *động vật* dawm vụht
ankle *cổ chân* ğàw juhn
annual *hàng năm* haàng nùhm
another (different) *khác* kaák
another (more) *thêm* tem
answer n *câu trả lời* ğoh chaả ler.eè
ant *con kiến* ğon ğee.úhn
antibiotics *kháng sinh* kaáng sing
antigovernment (activity) *phản động* faản đawm
antinuclear *chống hạt nhân* jáwm hạat nyuhn
antique n *đồ cổ* daw ğầw
antiseptic n *khử trùng* koỏ chum
any *mọi* mọy
apartment *căn phố* ğuhn fàw
appendix (body) *ruột dư* zoo.ụht zuhr
appointment *cái hẹn* ğai hạn
April *tháng tư* taáng duhr
archaeological *liên quan đến khảo cổ học* lee.uhn gwaan đén kỏw ğảw họp
architect *kiến trúc sư* ğee.úhn chúp suhr
architecture *khoa kiến trúc* kwaa ğee.úhn chúp
argue *cãi nhau* ğại nyoh
arm *cánh tay* ğaáng day
arrest v *bắt* bụht
arrivals (airport) *sự tới nơi* sụhr der.eé ner.ee
arrive *đến* đén
art *nghệ thuật* ngyẹ twụht

art gallery *phòng triển lãm* fòm cheẻ.uhn laãm
artist *họa sĩ* hwaa seẽ
ashtray *cái gạt tàn thuốc* ğai gaạt daàn too.úhk
Asia *Châu Á* joh aá
ask (a question) *hỏi* hỏy
ask (for something) *nhờ* nyer
aspirin *thuốc nhức đầu* too.úhk nyúhrk đòh
asthma *bệnh suyễn* beng sweẽ.uhn
at *tại* dại
athletics *thể thao điền kinh* tẻ tow dee.uhn ğing
atmosphere *khí quyển* keé gweẻ.uhn
August *tháng tám* taáng daám
aunt *dì* zee
Australia *nước Úc* nuhr.érk up
Australian Rules Football *đá banh Úc* daá baang úp
automated teller machine (ATM) *máy rút tiền tự động* maáy zút dee.ùhn duhr đạwm
autumn *mùa thu* moo.ùh too
avenue *đại lộ* dại lạw
awful *khủng khiếp* kủm kee.úhp

B

B&W (film) *phim đen trắng* feem đan chủhng
baby *em bé* am bá
baby food *đồ ăn trẻ con* daw uhn chả ğon
baby powder *phấn trẻ em* fúhn chả am
babysitter *người giữ trẻ* nguhr.eè zửhr chẻ
back (body) *lưng* luhrng
back (position) *ở đằng sau* èr đùhng soh
backpack *ba lô* baa law
bad *xấu* sòh
badminton *cầu long* ğòh lom
bag *túi sách* doo.eé saák
baggage *hành lý* haàng leé
baggage allowance *hạn chế hành lý* haạn jé haàng leé
baggage claim *thu hành lý* too haàng leé
bakery *tiệm bánh mì* dee.ụhm baáng meè
balance (account) *quyết toán* ğwee.úht dwaán

balcony *bao lơn* bow lern
wall (sport) *quả bóng* gwaà bóm
allet *múa ba lê* moo.úh baa le
amboo *cây tre* gay cha
and (music) *ban nhạc* baan nyaạk
andage *băng* buhng
and-Aid *băng dán* buhng zaán
ank *ngân hàng* nguhn haàng
ank account *tài khoản nhà băng* daì kwaản nyaà buhng
anknote *tờ bạc giấy* dèr baak záy
aptism *lễ rửa tội lễ* zủh.uh doy
ar *quầy rượu* gwày zee·oọ
arber *thợ hớt tóc* ter hért dóp
aseball *bóng chày* bom jày
asket *cái rổ* gai zảw
asketball *bóng rổ* bóm zảw
ath n *bồn tắm* bawn dúhm
athing suit *bộ quần áo tắm* baw gwùhn ow dúhm
athroom *phòng tắm* fòm dùhm
attery *pin* pin
ay *vịnh* ving
e *là* laà
each *bãi biển* bai beẻ·uhn
each volleybal *bóng chuyền biển* bóm jwee·ùhn beẻ·uhn
eautiful *đẹp* dạp
eauty salon *thẩm mỹ viện* tủhm meẽ vee·uhn
ecause *bởi vì* bẻr·ee vee
ed *cái giường* gai zuhr·èrng
edding *chăn giường* juhn zuhr·èrng
edroom *phòng ngủ* fom ngoỏ
e *con ong* gon om
er *bia* bee·uh
efore *trước đây* chuhr·érk day
eggar *người ăn xin* nguhr·eè uhn xin
egin *bắt đầu* búht dòh
ehind *đằng sau* dùhng sòh
elgium *nước Bỉ* nuhr·érk beẻ
elow *phía dưới* fee·úh zuhr·eé
side *bên cạnh* ben gaạng
st *tốt nhất* dáwt nyúht
t n *đánh cá* daáng gaa
tter *tốt hơn* dáwt hern
tween *ở giữa* ẻr zùhr·uh
ble *kinh Thánh* ging taáng

bicycle *xe đạp* sa daap
big *lớn* lern
bigger *lớn nhất* lérn nyúht
biggest *lớn hơn* lérn hern
bike *xe đạp* sa daap
bike chain *xích xe đạp* sík sa daap
bike lock *ổ khóa xe đạp* ảw kwaá sa daap
bike path *đường xe đạp* duhr·èrng sa daap
bike shop *quán xe đạp* gwaan sa daap
bill (restaurant) *hóa đơn* hwaá dern
binoculars *ống nhòm* awm nyòm
bird *chim* jim
birth certificate *giấy khai sinh* záy kai sing
birthday *ngày sinh nhật* ngày sing nyuht
biscuit *bánh qui* baáng gwee
bite (dog) n *cắn* gúhn
bite (insect) n *chích* jík
bitter *đắng* dúhng
black *màu đen* mòh dan
black market *chợ đen* jer dan
bladder *bóng đái* bom daí
blanket *cái mền* gai mèn
blind *mù* moò
blister *vết bỏng giập* vét bỏm zụhp
blocked *kẹt* get
blood *máu* móh
blood group *nhóm máu* nyóm móh
blood pressure *huyết áp* hwee·úht aap
blood test *xét nghiệm mẫu máu* sát ngyee·uhm mõh móh
blue *xanh da trời* saang zaa cher·eè
board (plane/ship) *lên* len
boarding house *nhà nghỉ* nyaà ngyeẻ
boarding pass *giấy lên máy bay* záy len máy bay
boat *thuyền* tee·ùhn
body *thân thể* tuhn tẻ
boiled *sôi* soy
bombing *vụ nổ bom* voo nảw bom
bone *xương* suhr·erng
book n *quyển sách* gweẻ·uhn saák
book (make a booking) v *giữ trước* zuhr chuhr·érk
booked out *hết chỗ* hét jãw
book shop *tiệm sách* dee·uhm saak
boots *giày ống* zay áwm
border n *biên giới* bee·uhn zer·eé

bored *chán* jaán
boring *buồn tẻ* boo-ùhn dà
borrow *mượn* muhr-ern
botanic garden *vườn bách thảo*
vuhr-èrn baák tỏw
both *cả hai* gaả hai
bottle *chai* jai
bottle opener *cái mở chai* gai mèr jai
bottle shop *quán rượu* gwaán zee-oọ
bottom (body) *mông* mawm
bottom (position) *đáy* dày
bowl *chén* jàn
box n *cái hộp* gai hawp
boxer shorts *quần đùi* gwùhn đoo-ee
boxing *quyền Anh* gwee-ùhn aang
boy *con trai* gon chai
boyfriend *bạn trai* baan chai
bra *áo ngực* ow nguhrk
brakes (car) *cái thắng xe* gai túhng sa
brandy *rượu brandi* zee-oọ braan-dee
brave *dũng cảm* zùm ğaảm
bread *bánh mì* baáng meè
break v *gẫy* gãy
break down (car) *hư* huhr
breakfast *ăn sáng* uhn saảng
breast (body) *vú* voo
breathe *hít* hít
bribe n *tiền hối lộ* dee-ùhn hóy law
bridge *cầu* ğòh
briefcase *cái cặp* gai ğụhp
bring *mang theo* maang tay-oo
brochure *cuốn giới thiệu đồ*
ğoo.úhn zer-eé tee-oọ đàw
broken *bị gẫy* bee gãy
broken down (car) *bị hư* bee huhr
bronchitis *bệnh viêm cuống phổi*
beng vee-uhm ğoo-úhng fỏy
brother (older) *anh trai* aang chai
brother (younger) *em trai* am chai
brown *màu nâu* mòh noh
bruise n *vết bầm* vet bùhm
brush n *bàn chải* baan jaỉ
bucket *thùng* tùm
Buddha's Birthday *ngày Lễ Phật Đản*
ngaỳ lẽ fuht đaản
Buddhist n *Phật tử* fuht dủhr
budget *ngân sách* nguhn saák
buffalo *con trâu* ğon chòh

bug *con rệp* ğon zẹp
build *xây dựng* say zuhrng
builder *thợ xây nhà* ter say nyaà
building *tòa nhà* dwaà nyaà
bumbag *bóp đeo bụng* bóp day-oo bụm
bureaucracy *hệ thống hành chánh*
hẹ táwm haàng jaáng
Burma *nước Miến Điện*
nuhr-érk mee-úhn đee-uhn
burn n *vết bỏng* vét bỏm
burnt *bị cháy* bee jáy
bus *xe buýt* sa bwéet
business *buôn bán* boo-uhn baán
business card *danh thiếp* zaang tee úhp
business class *thượng hạn*
tuhr-ẹrng haạn
businessperson *nhà kinh doanh*
nyaà ğing zwaang
business trip *hợp tác kinh doanh*
herp đaák ğing zwaang
bus station *bến xe buýt* ben sa bwéet
bus stop *trạm xe buýt* chụhm sa bwéet
busy *bận rộn* buhn zạwn
but *nhưng mà* nyuhrng maà
butcher *người bán thịt* nguhr-eè baán tị
butcher's shop *hàng bán thịt*
haàng baan tịt.
butter *bơ* ber
butterfly *con bướm* ğon buhr-érm
button *cái nút bấm* gai nút bùhm
buy *mua* moo.uh

C

cable car *cáp treo* ğaap chay-oo
café *quán càfê* ğwaán ğaà.fe
cake *cái bánh ngọt* gai baảng ngọk
cake shop *tiệm bánh ngọt*
dee.ụhm baảng ngọk
calculator *máy tính* máy díng
calendar *quyển lịch* ğweé-uhn lik
call v *kêu* ğay.oo
Cambodia *nước Kampuchia*
nuhr-érk ğaam-poo-jee-uh
camera *máy chụp hình* máy jup hing
camera shop *tiệm bán máy chụp hình*
dee.ụhm baán máy jup hing
camp v *cắm trại* ğủhm chai

amping ground *bãi cắm trại* baĩ ğuhm chaj

n (be able) *có thể* ğo tẻ

n (have permission) *được* duhr-erk

n (tin) n *lon* lon

anada *nước Ca-na-đa* nuhr-érk ğaa-naa-đaa

ancel *hủy bỏ* hweẻ bỏ

ancer *bệnh ung thư* beng um tuhr

andle *đèn cầy* đàn ğày

andy *kẹo* gay-oo

aneware *đồ cây tre* đàw ğày cha

an opener *cái mở đồ hộp* ğaí mẻr đaw hawp

apitalism *chủ nghĩa tư bản* jỏo ngyeẻ-uh duhr baản

ar *xe hơi* sa her-ee

aravan *xe thùng* sa tùm

ardiac arrest *bệnh tim tạm ngừng* beng dim daạm ngùhrng

rds (playing) *con bài* ğon bai

re (for someone) *quan tâm* ğwaan duhm

r hire *dịch vụ thuê xem* zịk voọ twe sam

r owner's title *giấy đăng bộ xe* záy đuhng baw sa

r park *bãi đậu xe* baĩ đọh sa

arpenter *thợ mộc* ter móp

r registration *đăng bộ xe* đuhng bạw sa

arry *mang* maang

ash n *tiền* dee-ùhn

sh (a cheque) v *đổi tiền séc* ỏy dee-ùhn sák

ashier *thu ngân viên* too nguhn vee-uhn

sh register *máy tính tiền* máy díng dee-ùhn

asino *sòng bạc của khách sạn* sòm baak ğoỏ-uh kaák saan

ssette *băng ghi âm* buhng gee uhm

astle *lâu đài* loh đaì

sual work *công việc tính giờ* ğawm vee-uhk díng zèr

at *con mèo* ğon may-oo

athedral *nhà thờ lớn* nyaà tèr lérn

atholic n *theo đạo Thiên Chúa* tay-oo đow tee-uhn joo-ủh

ave *hang động* haang đawm

D *CD* se-de

celebration *lễ kỷ niệm* lẻ ğeẻ nee-uhm

cell phone *điện thoại di động* dee-ùhn twại zee đawm

cemetery *nghĩa địa* ngyeẻ-uh dee-uh

cent *xu* soo

centimetre *phân* fuhn

centre n *trung tâm* chum duhm

ceramics *đồ gốm* đàw ğáwm

cereal *ngu cốc* ngoo ğáwm

certifacate *chứng chỉ* juhng jeẻ

chain n *xích* sík

chair n *ghế* ge

champagne *rượu sâm banh* zee-oọ suhm baang

championships *vô địch* vaw zịk

chance *sự ngẫu nhiên* suhr ngòh nyee-uhn

change v *thay đổi* tay đỏy

change (coins) n *tiền lẻ* dee-ùhn lẻ

change (money) v *đổi* đỏy

changing room *phòng thay quần áo* fòm tay ğwùhn ów

charming *hấp dẫn* húhp zũhn

chat up *tán tỉnh* daán dỉng

cheap *rẻ* zả

check v *kiểm tra* ğeẻ-uhm chaa

check (banking) n *tiền séc* dee-ùhn sák

check (bill) n *hóa đơn* hwaá đern

check-in (desk) n *quầy ghi danh* ğwày gee zaang

checkpoint *trạm kiểm soát* chụhm geẻ-uhm swaát

cheese *pho mát* fo maát

chef *thợ nấu ăn* ter nóh uhn

chemist (person) *dược sĩ* juhr-erk seẻ

chemist (shop) *tiệm thuốc tây* dee-uhm too-úhk day

cheque (banking) *tiền séc* dee-ùhn sák

chess *cờ tướng* ğèr duhr-érng

chessboard *bàn cờ* baán ğèr

chest (body) *ngực* nguhrk

chewing gum *kẹo cao su* ğay-oo ğow soo

chicken *gà* gaà

chicken pox *bệnh thủy đậu* beng tweé đọh

child *đứa trẻ* đuhr-ùh chả

child-minding service *giữ trẻ* zũhr chả

children *trẻ em* chả am

english-vietnamese

child seat *ghế ngồi trẻ con*
ghé ngòy chà gọn
chilli *trái ớt* chai ért
China *nước Trung Quốc*
nuhr-érk chum gwaák
chiropractor
y sĩ chữa bệnh đau cột sống
ee seẽ jũhr-uh beng đoh gawt sàwm
chocolate *sô cô la* saw gaw laa
choose *chọn* jọn
chopping board *cái thớt* gai tért
chopstick *đôi đũa* đoy doo-uh
Christian n *người đạo Cơ đốc*
nguhr-eè dọw ğer đáwp
Christmas *Lễ Chúa Giáng Sinh*
lẽ joo-ủh zaáng sing
Christmas Day *Ngày Chúa Giáng Sinh*
ngày joo-ủh zaáng sing
Christmas Eve *Đêm Giáng Sinh*
đem zaáng sing
church *nhà thờ* nyaà tèr
cider *rượu táo* zee-oo đów
cigar *điếu xì ga* zee-oo seè gaa
cigarette *thuốc lá* too-úhk laá
cigarette lighter *cái bật lửa*
gai bụht lủhr-uh
cigarette papers *giấy vấn thuốc*
záy vúhn too-úhk
cinema *rạp* zaạp
circus *đoàn xiếc* dwaàn see-úhk
citizenship *quyền công dân*
gwee-ùhn ğawm zuhn
city *thành phố* taàng fáw
city centre *trung tâm thành phố*
chum duhm taàng faw
city walls *vách tường thành*
vaák duhr-èrng taàng
civil rights *quyền tự do cá nhân*
gwee-ùhn duhr zo ğaá nyuhn
class (school) *lớp học* lerp hop
classical theatre *cải lương* gai luhr-erng
class system *tầng lớp xã hội*
dùhng lérp saả hoy
clean a *sạch sẽ* saak sẽ
clean v *làm sạch* laàm saak
cleaning *lau dọn* loh zọn
client *khách hàng* kaák haàng
cliff *vách đá* vaák đaá

climb v *leo* lay-oo
cloakroom *phòng giữ mũ áo*
fòm zửhr moõ ów
clock *đồng hồ* đàwm hàw
close a *gần* gùhn
close v *đóng* đáwm
closed *đóng* đawm
clothesline *giây phơi quần áo*
zay fer-ee ğwùhn ów
clothing *quần áo* ğwùhn ów
clothing store *tiệm quần áo*
dee-ụhm ğwùhn ów
cloud *mây* may
cloudy *mây mù* may moò
clutch (car) *cái côn* gai ğawn
coast *bờ biển* bèr beẻ uhn
coat *áo choàng* ów jwaàng
cobra *con rắn mang bành*
ğon zùhn maang baàng
cocaine *cô kê* ğo ğe
cockfighting *cuộc thi đá gà*
ğoo.ụhk tee đaá gaà
cockroach *con gián* ğon zaán
cocktail *rượu cốc tay* zee-oo ğáwp day
cocoa *ca cao* ğaa ğow
coffee *càfê* ğaa-fe
coins *tiền cắc* dee-ùhn ğúhk
cold (illness) n *cảm* ğaảm
cold a *lạnh* laạng
colleague *bạn đồng nghiệp*
· bạn đàwm ngyee-uhp
collect call *cú điện thoại người nhận tr*
tiền ğoo dee-uhn twại nguhr-eè nyuhh
chaả dee-ùhn
college *trường cao đẳng*
chuhr-èrng ğow đủhng
colour n *màu sắc* moh suhk
comb n *cái lược* ğai luhr-érk
come *đến* đén
comedy *hài kịch* hai ğik
comfortable *thoải mái* twaỉ mai
commission *tiền hoa hồng*
dee-uhn hwaa hòm
communications (profession) *liên lạc*
giao thông lee-uhn laạk zow tawm
communion *lễ ban thánh thể*
lẽ baan taáng tẻ

communism *chủ nghĩa cộng sản* joŏ ngyeé-uh gawm saản

communist n *cộng sản* gawm saản

companion *bạn đường* baan đuhr-èrng

company (business) *công ty* gawm dee

compass *la bàn* laa baàn

complain *kêu ca* gay-oo gaa

complaint *lời kêu ca* ler-eè gay-oo gaa

complimentary (free) *khuyến mãi* kwee-uhn mai

computer *máy vi tính* máy vee ding

computer game *trò chơi điện toán* cho jer-ee đee-uhn dwaán

concert *buổi hòa nhạc* boŏ-ee hwaà nyaak

concussion *chấn thương não* juhn tuhr-erng nõw

conditioner (hair) *thuốc xả tóc* too-úhk saả dóp

condom *bao cao su* bow gow soo

conference (big) *hội nghị* hoy ngyeẹ

conference (small) *cuộc họp* goo-uhk họp

confession *sự xưng tội* suhr suhrng doy

confirm (a booking) *khẳng định* kůhng ding

Confucianism *ý tưởng Công Phu Tử* eé důhr-erng gawm foo dùhr

congratulations *chúc mừng* júp muhrng

conjunctivitis *viêm kết mạc* vee-uhm gét maak

connection (transport) *chuyến* jwee-uln

conservative n *bảo thủ* bów toỏ

constipation *tình trạng bị táo bón* ding chaạng bee đów bón

consulate *tòa lãnh sự* dwaà laãng suhr

contact lenses *kính áp tròng* ging aáp chòm

contact lens solution *dung dịch ngâm bảo quản kính* zum zik nguhm bỏw gwaản ğing

contraceptives *thuốc ngừa thai* too-úhk nguhr-ùh tai

contract n *hợp đồng* herp đawm

convenience store *tiệm tạp hóa* dee uhm daap hwaả

convent *nữ tu viện* nũhr doo vee-uhn

cook n *người nấu bếp* nguhr-eè nóh bép

cook v *nấu ăn* nóh uhn

cookie *bánh quy ngọt* baáng gwee ngọk

cooking *sự nấu nướng* suhr noh nuhr-érng

cool (temperature) *mát* maat

corkscrew *cái khui rượu* gai koỏ-ee zee-oọ

corn *trái bắp* chai búhp

corner *góc* góp

corrupt *đồi bại* đòy bai

corruption *hối lộ* hoý law

cost n *giá* zaa

cotton *bông* bawm

cotton balls *bông gòn* bawm gòn

cotton buds *cây bông gòn* ğay bawm gòn

cough v *chứng ho* juhrng ho

cough medicine *thuốc ho* too-úhk ho

count v *đếm* đém

counter (at bar) *quầy* ğwày

country (nation) *quốc gia* gwáwk zaa

country (rural) *miền quê* mee-ùhn gwe

coupon *phiếu thưởng hiện vật* fee-oó tùhr-erng hee-uhn vụht

court (legal) *tòa án* dwaà aán

court (sport) *sân* suhn

cover charge *giá vé vào cửa* zaa vá vòw ğůhr-uh

cow *con bò* ğon bò

cracker (biscuit) *bánh quy mặn* baáng gwee maan

crafts *nghề thủ công* ngyè toỏ ğawm

crash (vehicle) n *nạn đụng xe* naan đụm sa

crazy *điên* đee-uhn

cream (cosmetics/food) *kem* ğam

crèche *nhà trẻ* nyaà chả

credit card *thẻ tín dụng* tẻ din zum

cricket (sport) *môn đánh banh bằng gậy* mawn đaang baang bùhng gay

crocodile *con sấu* ğon sóh

crop n *mùa màng* moo-ùh maang

cross n *cây thánh giá* ğay taáng zaa

crowded *đông* đawm

cup *cái tách* ğai đaak

cupboard *tủ nhà bếp* đoỏ nyaà bép

currency exchange *dịch vụ đổi tiền* zik voọ đỏy dee-uhn

current (electricity) *dòng* zóm

current affairs *những sự kiện quan trọng trên thế giới*

curry *cà ri*

custom *phong tục*

customs (immigration) *hải quan*

cut v *cắt*

cutlery *bộ dao nĩa*

CV *bản lý lịch*

cycle v *đạp xe*

cycling *môn đi xe đạp*

cyclist *người đi xe đạp*

cyclo (pedicab) *xe xích lô*

cystitis *viêm bọng đái*

D

dad *ba*

daily adv *hằng ngày*

dairy products *phó phẩm làm từ sữa*

dance v *nhảy*

dancing *khiêu vũ*

danger *sự nguy hiểm*

dangerous *nguy hiểm*

dark (colour) *đậm*

dark (night) *tối*

date (appointment) n *cái hẹn*

date (day) n *ngày tháng*

date (go out with) v *hẹn ngày đi chơi*

date of birth *ngày sinh nhật*

daughter *con gái*

dawn *bình minh*

day *ngày*

day after tomorrow *ngày mốt*

day before yesterday *ngày hôm kia*

dead *chết*

deaf *điếc*

deal (cards) v *chia bài*

December *tháng mười hai*

decide *quyết định*

deck (of ship) *sàn tàu*

deep *sâu*

deer *nai*

deforestation *sự phá rừng*

degrees (temperature) *độ*

delay n *sự chậm trễ*

delirious *mê sảng*

deliver *đưa*

delta (river) *đồng bằng*

democracy *chế độ dân chủ*

demonstration *sự biểu hiện*

dengue fever *bệnh sốt rét đăng ga*

Denmark *nước Đan mạch*

dental floss *sợi chỉ mềm làm sạch kẽ răng*

dentist *nha sĩ*

deny *từ chối*

deodorant *chất khử mùi*

depart *khởi hành*

department store *cửa hàng bách hóa*

departure *sự khởi hành*

departure gate *cửa lên máy bay*

deposit (on purchase) n *tiền đặt cọc*

derailleur *bộ phận sang số xe đạp*

descendent *người nối dõi*

desert *sa mạc*

design n *thiết kế*

dessert *món ăn tráng miệng*

destiantion *nơi đến*

destroy *phá hủy*

details *chi tiết*

diabetes *bệnh tiểu đường*

dial tone *tiếng phát ra trong máy điện* thoar dee-uhng jaat za chom may dee-uhn twai

diaper *cái tã* gai đaã

diaphragm (medical) *mũ tử cung* moõ đưhr gum

diarrhoea *bệnh tiêu chảy* beng đeê-oo jảy

diary *sổ nhật ký* saw nyut geê

dice n *xí ngầu súc sắc* seế ngoh súp suhk

dictionary *tự điển* đưhr dee-uhn

die *chết* jet

diet n *chế độ ăn uống* je đạw uhn oo-uhng

different *khác* kaak

difficult *khó* kó

dining car *toa xe lửa phục vụ bữa ăn* dwaa sa lứhr-uh fup voo bứhr-uh uhn

dinner *buổi ăn tối* boỏ-ee uhn đoy

direct a *trực tiếp* churk dee-uhp

direct-dial *quay số điện thoại trực tiếp* gway sáw dee-uhn twai chup dee-uhp

direction *hướng* hưhr-érng

director (company) *giám đốc* zaám dáwp

dirty *dơ* der

disabled (person) *bất lực* buht luhrk

disco *phòng nhạc disco* fòm nyak dis ko

discount *giảm giá* zaảm zaá

discrimination *sự kỳ thị* suhr geè teè

disease *bệnh tật* beng đuht

disk (CD-ROM) *cái đĩa* gai deẽ-uh

disk (floppy) *cái đĩa mềm* gai deẽ-uh mèm

diving *môn lặn* mawm luhn

diving equipment *đồ lặn nước* đàw luhn nưhr-érk

divorced *ly dị* lee zee

dizzy *chóng mặt* chóm muht

do *làm* laam

doctor *bác sĩ* baák seẽ

documentary *phim tài liệu* feem dai lee-oo

dog *con chó* gon jó

dole (unemployment benefit) *trợ cấp thất nghiệp* cher gúhp tuht ngyee-uhp

doll *con búp bê* gon búp be

dollar *tiền đô la* dee-ùhn đaw laa

dong (currency) *đồng* đàwm

door *cửa* gủhr-uh

dope (drugs) *thuốc tê mê* too-uhk de me

double a *đôi* doy

double bed *giường đôi* zưhr-èrng đoy

double room *phòng đôi* fòm đoy

down *xuống* soo-uhng

downhill *xuống dốc* soo-uhng záwp

dozen *một tá* mawt daa

drama *kịch* gik

draught beer *bia hơi* bee-uh her-ee

dream n *mơ* mer

dress n *áo đầm* ów đùhm

dried *khô* kaw

dried fruit *trái khô* chai kaw

drink n *thức uống* túhrk oo-ùhng

drink v *uống* oo-úhng

drink (alcoholic) n *rượu* zee-oo

drive v *lái xe* lai sa

drivers licence *bằng lái xe* buhng lai sa

drizzle n *mưa phùng* mưhr-uh fùm

drug (medicine) *thuốc* too-uhk

drug addiction *sự nghiện ma túy* suhr ngyee-uhn maa dweé

drug dealer *người bán ma túy* ngưhr-ee baán maa dweé

drugs (illicit) *ma túy* maa dweé

drug trafficking *buôn bán thuốc lậu* boo-uhn baán too-uhk lóh

drug user *xì ke* see ga

drum (music) n *cái trống* gai cháwm

drunk a *bị say rượu* bee say zee-oo

dry a *khô* kaw

dry (clothes) v *sấy* sáy

dry season *mùa khô* moo-uh kaw

duck *con vịt* gon vit

dummy (pacifier) *núm vú giả* núm voo zaả

duty-free *hàng không đánh thuế* haàng kawm daáng twé

DVD *đĩa DVD* deẽ uh de-ve-de

dynasty *triều vua* chee-oò voo-uh

E

each *mỗi* mõy

ear *cái tai* gai dai

early a *sớm* sérm

earn *kiếm được* geé uhm đuhr-érk

earplugs *nút bịt lỗ tai* nút bit làw dai

earings *bông tai* bawm dai
ears *tai* dai
Earth *quả đất* gwaả đủht
earth (soil) *đất trồng trọt*
dủht chàwm chot
earthquake *động đất* dawm đủht
east n *hướng đông* huhr-ẻng dawm
Easter *Lễ Phục Sinh* lẻ fup sing
easy *dễ* zẻ
eat *ăn* uhn
economy *nền kinh tế* nèn qing tế
economy class *cấp thường*
gủhp luhr-èrng
ecorourism *du lịch hợp với môi trường*
zoo lik hẹrp ver-ee moy chuhr-èrng
ecstacy (drug) *thuốc lậu* ecstacy
too.ủhk lọh ek.staa-see
eczema *bệnh chàm* beng jàahm
education *sự giáo dục* suhr zỏw zụp
egg *quả trứng* gwaả chúhrng
election *cuộc tuyển cử*
goo.ụhk dwẻe-ủhn gủhr
electrical store *tiệm đồ điện*
dee.ụhn đàw dee-ụhn
electricity *điện lực* dee-ụhn lụhrk
elephant *con voi* gon voy
elevator *thang máy* taang máy
email *email* ee.mayl
embarassed *bối rối* boy zoy
embassy *đại sứ* đại suhr
embroidery *đồ thêu* đaw tay-oo
emergency *cấp cứu* gủhp gủhr-oo
emotional *cảm động* gaảm dawm
employee *công nhân* gawm nyuhn
employer *người chủ* nguhr-èe jỏỏ
empty a *trống rỗng* chawm zãwm
end n *kết thúc* gét túp
endangered species
loài thú vật sắp tuyệt chủng
lwai tóó vụht súhp dwee-ụht jủhng
engaged (to marry) *đính hôn* đing hawm
engagement (to marry) *sự hứa hẹn*
suhr huhr-ủh hạn
engine *máy móc* máy móp
engineer *kỹ sư* gẻe suhr
engineering *kỹ thuật xây dựng*
gẻẻ twụht say zụhrng
England *nước Anh* nuhr-érk aang

English (language) *tiếng Anh*
dee-ủhng aang
English (people) *người Anh*
nguhr-ee aang
enjoy (oneself) *thích thú* tík tóó
enough *đủ* đỏỏ
enter *đi vào* dee vòw
entertainment guide
trang giới thiệu nơi giải trí
chaang zer-ee tee-oo ner-ee zải chéé
entry *cửa vào* gủhr-uh vòw
envelope *bì thư* beè tuhr
environment *môi trường* moy chuhr-èrng
epilepsy *động kinh* dawm qing
equality *sự bình đẳng* suhr bing đủhng
equal opportunity *cơ hội bình đẳng*
ger hoy bing đủhng
equipment *dụng cụ* zụm gọo
erosion (soil) *xói lở đất* soy lẻr đủht
escalator *cầu thang máy* gòh taang máy
estate agency *dịch vụ mua bán*
zik vọo moo-uh baán
euro *tiền euro* dee-ủhn oo.ro
Europe *Châu Âu* joh oh
euthanasia *sự chết không đau đớn*
suhr jét kawm doh đérn
evening *buổi tối* boỏ-ee dóy
every *mọi* moy
every day *hàng ngày* hùhng ngày
everyone *mọi người* moy nguhr-èe
everything *mọi thứ* moy túhr
exactly *đúng* đúm
example *thí dụ* teé zoo
excellent *xuất sắc* swủht súhk
excess baggage *quá hạn hành lý*
gwaá haạn haàng loé
exchange n *sự trao đổi* suhr chao đỏy
exchange v *đổi* đỏy
exchange rate *tỷ lệ hối đoái*
deẻ lẹ hỏy đwaí
excluded *loại trừ* lwai chùhr
exhaust (car) *khói* koy
exhibition *cuộc triển lãm*
goo.ụhk chểể-ủhn laãm
exit n *lối ra* loy zaa
expensive *đắt tiền* đủht dee-ủhn
experience *kinh nghiệm* ging ngyee-ụhm
exploitation *sự khai thác* suhr kai taák

express a *tốc hành* dawp haang
express mail *chuyển phát nhanh*
jweé-uhn faat nyaang
extension (visa) *thêm visa mới*
tem veé saa mer-eé
eye *con mắt* gon màht
eye drops *thuốc nhỏ mắt*
too-ùhk nyâw muht
eyes *mắt* muht

F

fabric *vải* val
face *mặt* muht
face cloth *khăn lau mặt* kunn loh muht
factory *hãng* haàng
factory worker *công nhân xí nghiệp*
gawm nyuhn see ngyee yhp
fall (autumn) n *mùa thu* moo-ùh too
fall v *té* dá
family *gia đình* zaa ding
family name *tên họ* den ho
famous *nổi tiếng* nôy dee-úhng
fan (hand-held) *cái quạt* gai gwaat
fan (machine) *quạt máy* gwaat may
fan (sport) *người ái mộ*
ngúhr-eè ai maw
fanbelt *dây kéo quạt* zay gáy-oó gwat
far adv *xa* sa
fare *giá vé* zaá va
farm n *nông trại* nawm chai
farmer *nông dân* nawm zuhn
fashion *thời trang* ter-eè chaang
fast a *nhanh* nyaang
fat a *mập* muhp
father *bố* báw
father-in-law (husband's father)
cha chồng jaa jawm
father-in-law (wife's father) *cha vợ*
jaa ver
faucet *vòi nước* voy nuhr érk
fault (someone's) *lỗi lầm* lôy lùhm
faulty *có thiếu sót* gó tee-oó sót
fax machine *máy fax* may faak
fear n *sự sợ hãi* suhr ser hai
February *tháng hai* taáng hai
feed *cho ăn* jo uhn
feel (emotions) *cảm thấy* gaàm tay

feel (touch) *sờ* ser
feelings *cảm giác* gaàm zaák
female a *nữ* nũhr
fence n *hàng rào* haàng zòw
fencing (sport) *thuật đánh kiếm*
twuht daáng gee-úhm
ferry n *chiếc pha* jee-úhk faa
festival *đại hội* dai hôy
fever *cơn sốt* gern sáwt
few *ít* ít
fiancé *chồng đính hôn* jawm ding hawn
fiancée *vợ đính hôn* ver ding hawn
fiction *điều tưởng tượng*
dee-oó dúhr-erng duhr erng
field *cánh đồng* gaáng dawm
fight n *đánh nhau* daáng nyoh
fill *làm đầy* laàm dày
fillet *miếng thịt róc xương mỡ*
mee-úhng tịt zóp suhr-erng mèr
film (cinema) *phim* feem
film (for camera) *cuộn phim*
ğoo-ùhn feem
film speed *tốc độ phim* dáwp daw feem
filtered *lọc* lop
find *tìm ra* dim zaa
fine (penalty) n *tiền phạt* dee-ùhn faat
fine (weather) a *nắng* nuhng
finger *ngón tay* ngón day
finish n *sự kết thực* suhr ğét tuhrk
finish v *kết thực* ğét tuhrk
Finland *nước Phin-lan* nuhr erk fin lan
fire n *lửa* lúhr-uh
firewood *củi đốt lò* ğoò-ee dáwt lo
first *đầu tiên* dòh dee-uhn
first-aid kit *hộp cứu thương*
hawp ğuhr-oo tuhr-erng
first class *hạng nhất* haang nyúht
first name *tên thánh* den taáng
fish n *cá* ğaá
fishing *đánh cá* daáng ğaá
fishmonger *người bán cá*
ngúhr-eè baán ğaá
flag *lá cờ* laa gèr
flashlight *cái đèn pin* ğai dàn pin
flat a *bằng* bùhng
flat (apartment) n *căn phố* ğuhn fáw
flea *bọ chét* bo ját
fleamarket *chợ trời* jer chèr-ee

flight *chuyến bay* (wee-uhn bay)
flood n *nạn lụt* (naan lut)
floor (ground) *sàn nhà* (saan nyaa)
floor (storey) *tầng* (duhng)
florist (shop) *tiệm bán hoa* (dee-uhm baán hwaa)
flour *bột* (bawt)
flower *bông hoa* (bawm hwaa)
flu *bệnh cảm cúm* (beng gaám gúm)
fly (insect) n *con ruồi* (gon zoo-eè)
fly (plane) v *bay* (bay)
foggy *có sương mù* (gó suhr-erng moò)
follow *đi theo* (dee tay-oo)
food *thức ăn* (tuhrk uhn)
food supplies *thực phẩm* (tuhrk fuhm)
foot (body) *bàn chân* (baàn juhn)
football (soccer) *bóng đá* (bawm daá)
footpath *đường mòn* (duhr-erng mòn)
foreign *nước ngoài* (nuhr-érk ngwai)
forest *rừng* (zuhrng)
forever *mãi mãi* (mai mai)
forget *quên* (gwen)
forgive *tha thứ* (taa tuhr)
fork *cái nĩa* (gai neẽ-uh)
fortnight *hai tuần* (hai dwuhn)
fortune teller *thầy bói* (tày boy)
foyer *tiền sảnh* (dee-uhn saảng)
fragile *dễ vỡ* (zeẽ vẽr)
France *nước Pháp* (nuhr-érk faáp)
free (available) *rảnh* (zaảng)
free (gratis) *miễn phí* (mee-uhn feé)
free (not bound) *tự do* (duhr zo)
freeze *đóng băng* (dom buhng)
fresh *tươi* (duh-ee)
Friday *thứ sáu* (tuhr soú)
fridge *tủ lạnh* (doỏ laạng)
fried *chiên* (jee-uhn)
friend *bạn* (baạn)
from *từ* (duhr)
frost *sương muối* (suhr-erng moo-eé)
frozen *đông đá* (dawm daá)
fruit *trái cây* (chai gay)
fry *chiên* (jee-uhn)
frying pan *cái chảo chiên* (gai jỏw jee-uhn)
full *đầy* (dày)
full-time *nguyên ngày* (ngwee-uhn ngày)
fun a *vui đùa* (voo-ee doo-uh)
funeral *tang lễ* (daang leẽ)

funny *buồn cười* (boo-uhng ğuhr-ee)
furniture *bàn ghế* (baàn ge)
future n *tương lai* (duhr-erng lai)

G

game *trò chơi* (chò jer-ee)
game (sport) *cuộc thi* (goo-uhk tee)
garage *nhà để xe* (nyaà đẻ sa)
garbage *rác* (zaak)
garbage can *thùng rác* (tùm zaak)
garden *vườn* (vuhr-ern)
gardener *người làm vườn* (nguhr-ee laàm vuhr-ern)
gardening *sự làm vườn* (suhr laảm vuhr-ern)
gas (for cooking) *hơi ga* (her-ee gaa)
gas (petrol) *xăng* (suhng)
gas cartridge *bình chứa ga* (bing juhr-uh gaa)
gastroenteritis *bệnh ỉa chảy* (beng eẻ-uh jảy)
gate (airport, etc) *cổng* (gảwm)
gauze *băng* (buhng)
gay (homosexual) a *pê đê* (pe de)
Germany *nước Đức* (nuhr-érk đuhrk)
get *lấy* (lay)
get off (a train, etc) *xuống* (soo-uhng)
gift *quà* (gwaà)
gig *buổi họp nhạc* (boỏ-ee họp nyaak)
gin *rượu gin* (zee-oo jin)
girl *con gái* (gon gai)
girlfriend *bạn gái* (baạn gai)
give *cho* (jo)
glandular fever *bệnh sưng tuyến* (beng suhrng dwee-uhn)
glass (drinking) *cốc/ly* Ⓝ/Ⓢ (gawp lee)
glasses (spectacles) *cái kính* (gai ğíng)
gloves *gang tay* (gaang day)
glue *keo dán* (gay-oo zaán)
go *đi* (dee)
goal (score) *gôn* (gawn)
goalkeeper *thủ thành* (toỏ taàng)
god *thần* (tuhn)
goggles (skiing) *kính trượt tuyết* (ğíng chuhr-ert dwee-uht)
goggles (swimming) *kính bơi* (ğíng ber-e...)

gold n vàng

golf ball bánh gôn

golf course sân gôn

good tốt

goodbye chào

go out đi chơi

go out with đi chơi với

go shopping đi chợ

government chính phủ

gram gam

grandchild cháu trai

grandfather (maternal) ông ngoại

grandfather (paternal) ông nội

grandmother (maternal) bà ngoại

grandmother (paternal) bà nội

grass cỏ

grateful biết ơn

grave n mộ

great (fantastic) hay

green màu xanh lá cây

greengrocer người bán rau quả

grey màu xám

grocery (shop) tiệm tập hóa

grow (plant) giống

guaranteed bảo đảm

guess v đoán

guesthouse nhà nghỉ

guide (audio) n băng thu lời hướng dẫn

guide (person) n người hướng dẫn

guidebook sách hướng dẫn

guide dog chó hướng dẫn

guided tour cuộc du lịch có người chỉ dẫn

guided trek cuộc hành trình có người hướng dẫn

guilty có tội

guitar ghi ta

gum kẹo cao su

gun cái súng

gym (place) phòng tập thể dục

gymnastics môn nhào lộn

gynaecologist bác sĩ phụ khoa

H

hair tóc

hairbrush bàn chải tóc

haircut hớt tóc

hairdresser thợ hớt tóc

halal (food) thức ăn Hồi giáo

half n nửa

hallucination ảo giác

ham giăm bông

hammer cây búa

hammock cái võng

hand bàn tay

handbag túi xách

handball môn bóng ném

handicraft nghề thủ công

handkerchief khăn tay

handlebars tay lái

handmade làm bằng tay

handsome đẹp trai

happy vui vẻ

harassment sự quấy rầy

harbour hải cảng

hard (not soft) cứng

hardware store hàng đồ sắt

hat cái mũ

have có

have a cold bị cảm

have fun để giải trí

hay fever bệnh dị ứng phấn hoa

he ông ấy

head đầu

headache nhức đầu

headlights cái đèn xe

health sức khỏe

hear nghe

hearing aid máy trợ tai

heart *trái tim* chai dim
heart attack *bệnh đau tim* beng doh dim
heart condition *bệnh tim* beng dim
heat n *hơi nóng* her-ee nom
heated *có lò sởi* ģo lo sỏy
heater *máy sưởi* máy sửh.ee
heating *nhiệt lò sởi* nyee-uht lo sỏy
heavy *nặng* nuhng
helmet *mũ an toàn* moõ aan dwaan
help n *giúp đỡ* zúp đẽr
help v *giúp* zúp
hepatitis *bệnh viêm gan* bọng vee-uhm gaam
her (possessive) *của bà ấy* ģoó-uh baa áy
herb *cỏ* ģỏ
herbalist *nhà nghiên cứu dược thảo* nyaa ngyee-uhn ģuh-oó zuhr erk tỏw
herbal medicine *thuốc bắc* too-úhk búhk
herbicide *thuốc sát cỏ* too-úhk saat ģỏ
here *đây* day
heroin *bạch phiến* baak fe-úhn
high *cao* ģow
highchair *ghế ngồi ăn em bé* ģe ngoy uhn am bá
high school *trường trung học* chuhr-èrng chum họp
highway *xa lộ* saa law
hike v *đi bộ đường dài* dee baw đuhr èrng zaì
hiking *môn thể thao đi bộ đường dài* mawn tẻ tow đee baw đuhr-èrng zaì
hiking boots *giày đi bộ đường dài* zày dee baw đuhr-èrng zaì
hiking route *lộ trình đi bộ đường dài* law chìng đee baw đuhr-èrng zaì
hill *đồi* đoy
Hindu n *Ấn Độ Giáo* uhn đaw zow
hire v *thuê* twe
his *của ông ấy* ģoó-uh awm áy
historical *cổ* ģảw
history *lịch sử* lik sủhr
hitchhike *đi nhờ xe người khác* đee nyèr sa nguhr-èe kaak
HIV *bệnh HIV* beng aych ai vee
hockey *môn khúc côn cầu* mawn kúp gawm gòh
holiday *ngày lễ* ngày lẽ
holidays *những ngày lễ* nyũhng ngày lẽ

home *nhà* nyaa
homeless *vô gia cư* vaw zaa ģuhr
homeopathy *phép chữa vi lượng đồng căn* fáp jủhr-uh vee luhr-erng đawm ģuhn
homosexual n *đồng tính luyến ái* đawm ding lwee-uhn ai
honey *mật ong* muht om
honeymoon *tuần trăng mật* dwùhn chuhng muht
horoscope *tử vi* đủhr vee
horrible *khủng khiếp* kủm kee-úhp
horse *con ngựa* ģon nguhr-ụh
horse riding *cưỡi ngựa* ģũhr-ee nguhr-ụh
hospital *bệnh viện* beng vee-uhn
hospitality *sự hiếu khách* suhr hee-oó kaák
hot *nóng* nom
hotel *khách sạn* kaák saạn
hot water *nước nóng* nuhr-érk nom
hour *giờ* zer
house *căn nhà* ģuhn nyaa
housework *việc nhà* vee-uhk nyaa
how *thế nào* té nòw
how many *bao nhiêu cái* bow nyee-oo kaí
how much *bao nhiêu* bow nyee-oo
hug v *ôm chặt* awm juht
huge *to* do
humanities *nhân văn học* nyuhn vuhn họp
human resources *nhân lực* nyuhn luhrk
human rights *nhân quyền* nyuhn gwee-uhn
humid *ẩm* ủhm
hundred *một trăm* mawt chuhm
hungry *đói* đoy
hunting *săn* suhn
hurt v *đau* doh
husband *chồng* jàwm

I

I *tôi* doy
ice *nước đá* nuhr-érk đaá
ice cream *kem* ģam
ice-cream parlour *quán kem* ģwaán ģam
identification *sự nhận dạng* suhr nyuhn zaạng

tification card (ID) *giấy chứng minh*
y chứhrng ming
kẻ khờ dại gà ker zai
u nay oó
au ốm doh ảwm
igration *sự nhập cư* suhr nyuhp ğuhr
ortant *quan trọng* ğwaan chom
ossible *không thể làm được*
wm tể laàm đuhr erk
ong chom
dvance adv *trước* chuhr erk
hurry *vội vàng* voy vaang
ded *bao gồm* bow gằwm
me tax *thuế thu nhập* twé too nyup
tion *viêm* vee uhm
nước Ấn Độ nuhr erk uhn daw
ator *vật chỉ thị* vuht jeé teẹ
estion *bệnh khó tiêu* beng kó dee oo
or *trong nhà* chom nyaa
stry *công nghiệp* ğawm ngyee uhp
uality *sự bất bình đẳng*
r bủht bing đủhng
tion *viêm* vee uhm
nmation *vết viêm* vét vee uhm
enza *bệnh cảm cúm* beng ğaảm ğúm
mation *thông tin* tawm din
nt of *ở trước* er chuhr erk
dient *nguyên liệu* ngwee uhn lee oo
t *chích* uh
tion *việc tiêm thuốc*
-uhk dee uhm too uhk
ed *bị thương* bee tuhr erng
y *thương tích* tuhr erng dík
tube *ruột xe* zoo uht sa
cent *vô tội* vaw doy
t repellent *thuốc trừ sâu bọ tức*
uhk chuhr soh bo dúhrk
e *bên trong* ben chom
ctor *nhân viên giảng huấn*
hn vee uhn zaảng hwuhn
sting *thú vị* too vee
ission *giờ giải lao* zer zai low
ational *quốc tế* ğwáwk dé
et *mạng internet* maang in ter net
et café *dịch vụ internet*
voo in ter net
reter *thông ngôn viên*
n ngon vee uhn

interview *cuộc phỏng vấn* ğoo uhk fom vuhn
invite *mời* mer ee
Ireland *nước Ái len* nuhr erk ai laan
iron (for clothes) n *là* laa
island *hòn đảo* hòn đỏw
Israel *nước Do Thái* nuhr erk zo tai
it *cái đó* ğai đó
IT *tin học* din hop
Italy *nước Ý* nuhr erk eé
itch n *sự ngứa ngáy* suhr nguhr uh ngáy
itemised *ghi từng khoản*
gee duhrng kwaản
itinerary *hành trình* haàng ching
IUD *vòng tránh thai* vom chaảng tai

J

jacket *áo vét* ow vát
jail *nhà tù* nyaà doò
jam *mứt* muhrt
January *tháng giêng* taáng zee uhng
Japan *nước Nhật* nuhr erk nyuht
jar *bình* bing
jaw *hàm* haàm
jealous *gênh tị* gen tee
jeans *quần jean* ğwùhn jeen
jeep *xe díp* sa zeép
jet lag *hội chứng chệch múi giờ*
hoy júhrng jek moo ee zer
jewellery *đồ trang sức* đàw chaang suhrk
Jewish *thuộc Do Thái* too uhk zo tai
job *việc làm* vee uhk laàm
jogging *chạy bộ chơi* jay baw jer ee
joke n *nói đùa* nóy doo uh
journalist *nhà báo* nyaà bów
journey *cuộc hành trình* ğoo uhk haàng ching
judge n *quan tòa* ğwaan twaà
juice *nước ép* nuhr erk áp
July *tháng bảy* taáng bảy
jump *nhảy* nyảy
jumper (sweater) *áo len dài tay* ow lan zai day
jumper leads *dây điện nối*
zay đee uhn naw eé
June *tháng sáu* taáng sóh
jungle *rừng* zuhrng
justice *công lý* ğawm leé

english-vietnamese

K

karaoke bar *quán ba karaoke*
 gwaan baa gaa-raa-oge

ketchup *xốt cà chua* sáwt gaà joo uh
key *chìa khóa* jee-uh kwaa
keyboard *bàn chữ* baàn jũhr
kick v *đá* daá
kidney *trái thận* chai tuhn
kill *giết* zét
kilogram *kí lô* gee law
kilometre *cây số* gay sáw
kind a *tử tế* dủhr de
kindergarten *vườn trẻ* vuhr ern chà
king *vua* voo uh
kiss n *nụ hôn* noo hawn
kiss v *hôn* hawm
kitchen *nhà bếp* nyaà bép
knee *đầu gối* doh góy
knife *con dao* gon zow
know (someone) *quen* gwan
know (something) *biết* bee uht
kosher (food)
thức ăn Do Thái tuhrk uhn zo tai

L

labourer *công nhân* gawm nyuhn
lace (shoe) *dây giày* zay záy
lacquerware *đồ sơn mài* daw sern mai
lake *cái hồ* gai hàw
land n *đất liền* duht lee uhn
landlady *bà chủ nhà* baà jaỏ nyaà
landlord *ông chủ nhà* awm joỏ nyaà
land mine *quả mìn* gwaả min
language *ngôn ngữ* ngawn ngũhr
Laos *nước Lào* nuhr érk low
laptop *máy vi tính xách tay*
may vee ding saak day
large *lớn* lern
last (final) *cuối cùng* goo-ee gùm
last (previous) *trước* chuhr érk
late a *trễ* chẽ
later *sau* soh
laugh v *cười* guhr ee
launderette *tiệm giặt bằng máy*
dee-uhm zuht buhng may

laundry (clothes) n *quần áo bẩn*
gwùhn ów bủhn
laundry (place) *phòng giặt* fòm zuht
law (legislation) *luật* lwuht
law (profession/study) *luật pháp*
lwuht faáp
lawyer *luật sư* lwuht suhr
laxative *thuốc nhuận trường*
too-uhk nyoo-uhn chuhr èrng
lazy *lười* luhr-ee
leader *người lãnh đạo* nguhr-èe lãng dow
leaf *cái lá* gai laá
learn *học* hop
leather n *đồ da* daw zaa
lecturer *giáo sư* zów suhr
left (direction) *phía trái* fee uh chai
left luggage *hành lý bị bỏ lại*
haàng lee bee bo lai
left-luggage office *phòng giữ đồ*
fòm zũhr daw
left-wing *cánh hữu* gaáng hũhr-oo
leg *chân* juhn
legal *theo luật* tay-oo lwuht
legislation *pháp luật* faáp lwuht
lemonade *nước chanh ga*
nuhr érk jaang gaa
lens *thấu kính thủy tinh thể*
toh ging twee ding tẻ
lesbian n *phụ nữ đồng tính luyến ái*
foo nũhr dawm ding twee uhn ai
less *ít hơn* it hern
letter (mail) *thư* tuhr
liar *kẻ nói dối* gẻ nóy zóy
library *thư viện* tuhr vee-uhn
lice *con chí* gon jeé
licence *giấy phép lái xe* zay fáp lai sa
license plate number *số xe* sáw sa
lie (not stand) v *nằm* nùhm
lie (speak untruly) v *nói láo* nóy lów
life *cuộc sống* goo-uhk sawm
life jacket *áo phao* ów fow
lift (elevator) *thang máy* taang máy
light n *ánh sáng* aáng saáng
light (not heavy) a *nhẹ* nya
light (of colour) a *sáng* saang
light bulb *bóng đèn điện*
bóm đan dee-uhn

lighter (cigarette) *cái bật lửa*

light meter *thiết bị đo độ sáng*

like v *thích*

lime (fruit) *trái chanh*

linen (material) *vải lanh*

linen (sheets) *khăn giường*

lip balm *thuốc bôi môi*

lips *môi*

lipstick *son tô môi*

liquor store *hàng rượu*

listen *nghe*

little (not much) adv *một chút*

little (small) a *nhỏ*

live (a alive) *sống*

live (somewhere) *ở*

liver *lá gan*

lizard *con thằng lằng*

local a *địa phương*

location *vị trí*

lock n *ổ khóa*

lock v *khóa*

locked *hóa*

lollies *kẹo ngọt*

long *dài*

long distance *đường dài*

look *nhìn*

look after *trông nom*

look for *tìm kiếm*

lookout *nơi ngắm cảnh*

loose *lỏng*

loose change *tiền lẻ*

lose (something) *mất*

lost *bị mất*

lost-property office *phòng đồ đạc bị thất lạc*

(a) lot *nhiều*

loud *ẩm ĩ*

love n *tình yêu*

love v *yêu*

lover *người yêu*

low *thấp*

lubricant *dầu xe*

luck *sự may mắn*

lucky *may mắn*

luggage *hành lý*

luggage lockers *tủ khóa đựng hành lý*

luggage tag *biên lai số hành lý*

lump *tảng*

lunar calendar *âm lịch*

Lunar New Year *tết âm lịch*

lunch *bữa ăn trưa*

lunchtime *giờ ăn trưa*

lung *lá phổi*

luxury *sự xa hoa*

M

machine *máy móc*

made *làm bằng*

magazine *tạp chí*

magician *ảo thuật gia*

mail (letters) *thư từ*

mail (postal system) *thơ*

mailbox *hộp thư*

main *chính*

main road *đường chính*

majority *phần lớn*

make *làm*

make-up *trang điểm*

malaria *bệnh sốt rét*

mammogram *chụp điện vú*

man *đàn ông*

manager (director) *giám đốc*

manager (hotel/restaurant) *người quản lý*

mangrove forest *rừng cây đước*

manual worker *người lao động chân tay*

many *nhiều*

map *bản đồ*

March *tháng ba*

margarine *bơ*

marijuana *cần sa*

marital status *tình trạng hôn nhân*

market *chợ*

market (economy) *thị trường*

marmalade *mứt cam* mührt gaam
marriage *sự kết hôn* suhr ğet hawn
married *lập gia đình rồi* luhp zaa đing zôy
marry *cưới* guhr-ee
martial arts *võ thuật* vô twuht
mass (Catholic) *lễ misa* lê mee-saa
massage n *xoa bóp* swaa bop
masseur/masseuse *nhân viên xoa bóp* nyuhn vee-uhn swaa bop
mat n *chiếu* jee-oó
match (sports) *cuộc thi đấu* ğoo-uhk tee đoh
matches (for lighting) *diêm quẹt* zee-uhm ğwat
mattress *nệm* nem
May *tháng năm* taáng nuhm
maybe *có lẽ* ğó lã
mayor *thị trưởng* tee chühr-erng
me *tôi* doy
meal *bữa ăn* bũhr-uh uhn
measles *bệnh sởi* beng sêr-ee
meat *thịt* tit
mechanic n *thợ máy* ter máy
media *phương tiện thông tin đại chúng* fuhr-erng dee-uhn tawm din đại júm
medicine (medication) *thuốc* too-uhk
medicine (profession) *y học* ee hop
meditation *sự suy ngẫm* suhr swee ngühm
meet *gặp* ğuhp
member *hội viên* hoy vee-uhn
menstruation *kinh nguyệt* ğing ngwee-uht
menu *thực đơn* tuhrk dern
message *lời nhắn tin* ler-ee nyúhn din
metal n *kim loại* ğim lwai
metre *mét* mat
microwave (oven) *cái lò ve sóng* ğai lò vee sóm
midday *mười hai giờ trưa* muhr-ee hai zèr chuhr-uh
midnight *nửa đêm* nühr-uh đem
migraine *chứng đau nửa đầu* jührng đoh nühr-uh đoh
military n *quân đội* ğwuhn đoy
military service *nghĩa vụ quân sự* ngẽe-uh voo ğwuhn suhr
milk *sữa* sũhr-uh
millimetre *mi li mét* mee lee mat

million *triệu* chee-oo
mince n *bầm* buhm
mind n *trí óc* chee óp
mine (weapon) *quả mìn* ğwaả mìn
minefield *bãi mìn* bai min
mineral water *nước suối* nühr-erk soo-ee
minibus *xe mini* sa mee-nee
minute *phút* fút
mirror *gương soi* ğuhr-erng soy
miscarriage *sự sẩy thai* suhr sẩy tai
miss (feel absence of) *nhớ nhung* nyér nyum
mistake *sai lầm* sai lùhm
mix v *trộn* chawn
mobile phone *điện thoại di động* dee-uhn twại zee đawm
modem *modem* mo-dam
modern *tối tân* đóy duhn
moisturiser *kem dưỡng da cho mướt* ğam zühr-erng zaa jo muhr-ért
monastery *tu viện* doo vee-uhn
Monday *thứ hai* tuhr hai
money *tiền* dee-uhn
monk *nhà sư* nyaà suhr
monkey *con khỉ* ğon kee
monsoon *gió mùa* zó moo-ùh
month *tháng* taáng
monument *di tích lịch sử* zee đík lik sühr
moon *mặt trăng* muht chaang
more *nhiều hơn* nyee-oo hern
morning *buổi sáng* boỏ-ee saáng
morning sickness *thai nghén* tai ngván
mosque *thánh đường hồi giáo* taáng duhr-erng hòy zow
mosquito *con muỗi* ğon moõ-ee
mosquito coil *nhang muỗi* nyaang moõ-ee
mosquito net *cái màn* ğai maản
mother *mẹ* ma
mother-in-law (husband's mother) *mẹ chồng* ma jàwm
mother-in-law (wife's mother) *mẹ vợ* ma ver
motorbike *xe môtô* sa maw-law
motorboat *thuyền máy* twee-uhn máy
motorcycle *xe môtô* sa maw-law
motorcycle-taxi *xe ôm* sa awm

motorway (tollway) *xa lộ siêu tốc*
saa law see-oo dawp

mountain *núi* noo-eé

mountain bike *xe đạp leo núi*
sa daap lay-oo noo-eé

mountaineering *môn thể thao leo núi*
mawn té tow lay-oo noo-eé

mountain hut *túp lều trên núi*
dúp lay-oó chen noo-eé

mountain path *đường mòn trên núi*
duhr-erng mòn chen noo-eé

mountain range *dãy núi* zãy noo-eé

mouse *con chuột* gon joo-ụht

mouth *cái miệng* gai mee-ụhng

movie *phim* feem

mud *bùn* bun

mumps *bệnh quai bị* beng gwai beę

murder n *vụ giết người* voo zét nguhr-eè

murder v *giết người* zét nguhr-eè

muscle *bắp thịt* búhp tịt

museum *viện bảo tàng*
vee-ụhn bów daàng

music *âm nhạc* uhm nyaąk

music shop *tiệm bán đĩa nhạc*
dee-ụhm baán deẽ-uh nyaąk

musician *nhạc sĩ* nyaạk seẽ

Muslim n *Hồi Giáo* họy zow

mute a *lặng câm* lụhng guhm

my *của tôi* goó-uh doy

N

nail clippers *cái cắt móng tay*
gai ğuht móm day

name n *tên* den

napalm *thuốc nổ napam*
too-úhk nẵw naa-paam

napkin *khăn ăn* kuhn-uhn

nappy *tã lót* daã lót

nappy rash *sảy do tã lót* sảy zo daã lót

national park *công viên quốc gia*
ğawm vee-uhn gwawk zaa

nationality *quốc tịch* ğwawk địk

nature *thiên nhiên* tee-uhn nyee-uhn

naturopathy *chữa bệnh theo phương*
pháp dưỡng sinh juhr-uh faáp zühr-erng sing

nausea *buồn nôn* boo-uhn nawn

near *gần* gùhn

nearby *gần bên* gùhn ben

nearest *gần nhất* gùhn nyúht

necessary *cần thiết* ğùhn tee-úht

necklace *chuỗi hạt đeo cổ*
joõ-ee haạt đay-oo ğảw

need v *cần* ğùhn

needle (sewing) *kim may* ğim may

needle (syringe) *kim chích* ğim jík

neither *không* kawm

net *mạng lưới* maạng luhr-eé

Netherlands *nước Hà-lan*
nuhr-érk haá-laan

never *không bao giờ* kawm bow zèr

new *mới* mer-eé

news *tin tức* din duhrk

newsagency *thông tấn xã* tawm dúhn saã

newspaper *tờ báo* der bów

newsstand *tiệm tờ báo* dee-ụhm dèr bów

New Year's Day *ngày tết* ngày dét

New Year's Eve *đêm giao thừa*
dem zow tùhr-uh

New Zealand *Tân Tây Lan* duhn day laan

next *tiếp* dee-úhp

next to *bên cạnh* ben ğaạng

nice *tử tế* dúhr dé

nickname *biệt danh* bee-ụht zaang

night *ban đêm* baan dem

nightclub *hộp đêm* hawp dem

night out *cuộc đi chơi ban đêm*
ğoo-ụhk đee jer-ee baan dem

no *không* kawm

noise *tiếng ồn ào* dee-úhng àwn òw

noisy *ồn ào* àwn òw

none *không có cái nào* kawm ğò ğai nòw

nonsmoking *cấm hút thuốc lá*
ğúhm hút too-úhk laá

noodles *mì phở* meè fẻr

noon *buổi trưa* boỏ-ee chuhr-uh

north n *hướng bắc* huhr-érng búhk

Norway *nước Na-uy* nuhr-érk naa-wee

nose *mũi* moõ-ee

not *không* kawm

notebook *sổ tay* sảw day

nothing *không có gì hết* kawm ğò zeé hét

November *tháng mười một*
taáng muhr-eè mạwt

now *bây giờ* bay zèr**

nuclear energy *năng lượng hạt nhân*
nuclear testing *thử bom hạt nhân*
nuclear waste *rác hạt nhân*
number *số*
numberplate *số xe*
nun *nữ tu sĩ*
nurse n *y tá*
nut *hạt*

O

oats *lúa mạch*
ocean *đại dương*
October *tháng mười*
off (spolit) *hư*
offence *sự xúc phạm*
office *văn phòng*
office worker *nhân viên văn phòng*
often *thường*
oil (cooking) *dầu nấu ăn*
oil (petrol) *dầu*
old *già*
Olympic Games *Thế Vận Hội*
omelette *trứng ốp lết*
on *trên*
once *một lần*
one-way ticket *vé một chiều*
onion *hành*
only *duy nhất*
on time *đúng giờ*
open a&v *mở*
opening hours *giờ mở*
opera *nhạc kịch opera*
opera house *rạp opera*
operation (action) *sự hoạt động*
operation (medical) *cuộc giải phẫu*
operator *người điều khiển*
opinion *ý kiến*
opposite *đối diện*

optometrist *người đo mắt*
or *hoặc*
orange (colour) a *màu cam*
orange (fruit)n *trái cam*
orange juice *nước cam*
orchestra *ban nhạc hòa tấu*
orchild *hoa lan*
order n *đặt món ăn*
order v *đặt hàng*
ordinary *thông thường*
organise *tổ chức*
orgasm *tình trạng bị kích động đến cực độ*
original a *nguyên bản*
other *khác*
our *của chúng tôi*
out of order *bị hư*
outside *bên ngoài*
ovary *buồng trứng*
oven *cái lò*
over prep *ở trên*
overcoat *áo khoác*
overdose n *sự dùng thuốc quá liều*
overnight *suốt đêm*
overseas *hải ngoại*
overtake *qua mặt*
owe *nợ*
owner *người làm chủ*
oxygen *dưỡng khí*
ozone layer
  tầng ôzôn bao quanh trái đất

P

pacemaker *máy điện điều hòa tim*
pacifier (dummy) *núm vú giả*
package *đóng gói*
packet (general) *gói*
padlock *cái khóa móc*

paedophilia
người lớn làm tình với trẻ em
nguhr-eè lern laàm dìng ver-eè chẻ am

page *trang sách* chaang saák

pagoda *chùa* joo-ùh

pain *đau* doh

painful *gây đau đớn* gay doh dérn

painkiller *thuốc giảm đau*
too-úhk zaảm doh

painter (artist) *họa sĩ* hwaa seẻ

painting (canvas) *bức tranh* buhk chaang

painting (technique) *hội họa* hoy hwaa

pair (couple) *một đôi* mawt doy

Pakistan *nước Pakixtan*
nuhr-érk paa-kee-stan

palace *cung điện* gum dee-uhn

pan *chảo* jow

pants (trousers) *cái quần* gai gwùhn

pantyhose *vớ quần* vér gwùhn

panty liners
miếng nhựa bỏ vào quần lót
mee-úhng nyuhr-ụh bỏ vòw gwùhn lót

pap smear *thử nghiệm ung thư tử cung*
tửh ngee-uhm um tuhr dửh gum

paper *giấy* zay

paperwork *hành chánh* haàng chaáng

paraplegic n *bị chứng tê liệt*
beẹ juhrng de lee-ụht

parcel *bưu kiện* buhr-oo gee-uhn

parents *cha mẹ* jaa mẹ

park n *công viên* gawm vee-uhn

park (a car) v *đậu xe* doh sa

parliament *nghị trường* ngeẹ chuhr-èng

part (component) *bộ phận* baw lụhn

part-time *giờ ngắn* zèr nguhn

party (night out) n *tiệc* dee-uhk

party (politics) *đảng* daảng

pass v *đi qua* dee gwaa

passenger *hành khách* haàng kaák

passport *hộ chiếu* haw lee-oó

passport number *số hộ chiếu*
sáw haw jee-oó

past n *quá khứ* gwaa kúh

pastry *các loại bánh tây*
gaák lwại baáng day

path *đường mòn* duhr-èng mòn

patient a *nhẫn nại* nyũhn nại

pay v *trả* chaả

payment *sự chi trả* suhr jee chaả

peace *thái bình* tai bìng

peak (mountain) *đỉnh cao* ding gow

pedal *bàn đạp* baan daạp

pedestrian *người đi bộ* nguhr-eè dee baw

pedicab (cyclo) *xe xích lô* sa sík law

pen (ballpoint) *bút bi* but bee

pencil *bút chì* but jee

penis *dương vật* zuhr-erng vụht

penknife *dao nhíp* zow nyip

pensioner *người được hưởng lương*
hưu hay trợ cấp nguhr-eè duhr-erk
hủhr-erng luhr-erng huhr-oo hay
cher gúhp

people *dân chúng* zuhn júm

pepper (bell) *trái ớt ngọt* chaí ért ngọk

pepper (spice) *hột tiêu* hụht dee-oo

per (day) *một (ngày)* mawt (ngày)

per cent *phần trăm* fùhn chuhm

perfect a *hoàn hảo* hwaàn hỏw

performance *cuộc biểu diễn*
goo-uhk beẻ-oo zee-uhn

perfume *nước hoa* nuhr-érk hwaa

period pain *đau bụng lúc hành kinh*
doh bụm lúp haàng ging

permanent *lâu dài* loh zai

permission *sự cho phép* suhr jo lép

permit n *giấy phép* zay lùp

person *người* nguhr-eè

personality *nhân cách* nyuhn gaák

petition *đơn xin* den sin

petrol *xăng* suhng

petrol station *trạm xăng* chaạm suhng

pharmacist *dược sĩ* zuhr-erk seẻ

pharmacy *hiệu thuốc* hee-oọ too-úhk

phone book *sổ điện thoại*
sảw dee-uhn twại

phone box *phòng điện thoại*
fòm dee-uhn twại

phonecard *thẻ điện thoại*
tẻ dee-uhn twại

photo *tấm hình* dúhm hìng

photographer *người chụp hình*
nguhr-eè jup hìng

photography *nghệ thuật chụp hình*
ngye twụht jup hìng

phrasebook *cuốn sách chi dẫn câu nói*
goo-úhn saák jee zùhn goh nóy

pickaxe *cuốc chim* ğoo-úhk jim

picnic *píc níc* pík ník

piece *miếng* mee-úhng

pig *con heo* ğon hay-oo

pill *viên thuốc* vee-uhn too-úhk

(the) pill *thuốc ngừa thai*
too-úhk nghur-ùh tai

pillow *gối* ğóy

pillowcase *áo gối* ów ğóy

pine n *cây thông* ğay tawm

pink *màu hồng* mòh hàwm

place n *chỗ* jãw

place of birth *nơi sinh* ner-ee sing

plane *máy bay* máy bay

planet *hành tinh* haang ding

plant n *thực vật* tụhrk vụht

plant v *trồng* chawm

plastic a *nhựa* nyụh-ùh

plate *cái đĩa* ğai đee-ùh

plateau *cao nguyên* ğow ngwee-uhn

platform *sân ga* suhn gaa

play (a game) v *chơi* jer-ee

play (cards) v *đánh bài* đaáng bai

play (string instrument) v *đánh* đaáng

play (wind instrument) v *thổi* tỏy

play (theatre) n *vở kịch* vẻr ğịk

plug (bath) n *nút chặn nước*
nút jụhn nuhr-érk

plug (electricity) n *cái phích cắm điện*
ğai fík ğụhm đee-uhn

pluralism (politics)
chế độ chính trị có nhiều đảng
jé đạw jíng chee ğó nyèe-oò đảảng

pocket *túi* đoo-ee

pocketknife *con dao bỏ túi*
ğon zow bỏ đoo-eé

poetry *thơ* ter

point v *chỉ* jeé

poisonous *độc* đạwp

police *cảnh sát* ğaảng saát

police officer *cảnh sát* ğaảng saát

police station *ty cảnh sát* dee ğaảng saát

policy *chính sách* jíng saák

politician *nhà chính trị* nyaa jíng chee

politics *chính trị* jíng chee

pollen *phấn hoa* fúhn hwaa

pollution *sự làm hư hỏng*
sụhr laảm huhr hỏm

pool (game) *bi da lỗ* bee zaá lãw

pool (swimming) *hồ bơi* hàw ber ee

poor *nghèo* ngyay-oo

popular *phổ thông* fảw tawm

port (sea) *hải cảng* hai ğaáng

possible *có thể có* ğó tẻ ğó

postage *bưu phí* buhr-oo feé

postcard *bưu ảnh* buhr-oo aảng

postcode *mã số bưu chính*
maã saw buhr-oo jíng

poster *bích chương quảng cáo*
bík juhr-erng ğwaảng ğów

post office *bưu điện* buhr-oo đee-uhn

pot (ceramics) *bình* bìng

pot (dope) *cần sa* ğùhn saa

pottery *đồ gốm thủ công*
đàw ğawm tỏó ğawm

pound (money) *bảng Anh* baáng aang

pound (weight) *pao Anh* pow aang

poverty *sự nghèo khó* sụhr ngyay-oò kỏ

powder *phấn* fúhn

power *siêu lực* see-oo lụhrk

prayer *lời cầu nguyện*
ler-eè ğòh ngwee-uhn

prayer book *sách kinh* saák ğing

prefer *thích hơn* tík hern

pregnancy test kit *ống thử thai*
awm tủhr tai

pregnant *có thai* ğó tai

premenstrual tension *sự đảo lộn tâm
sinh lý trước kỳ kinh nguyệt* sụhr đỏw
lawn đụhm sing lee chuhr-érk ğee ğing
ngwee-ụht

prepare *chuẩn bị* joỏ-uhn bee

prescription *đơn thuốc* đern too-úhk

present (gift) n *món quà* món ğwaà

present (time) n *hiện tại* hee-uhn đại

president *chủ tịch* joỏ địk

pressure n *áp lực* aap lụhrk

pretty *xinh* sing

price n *giá* zaá

priest *thầy tu* tày đoo

prime minister *thủ trưởng chính phủ*
toó chủhr-erng jíng foỏ

printer (computer) *máy in* máy in

prision *nhà tù* nyaa đoò

prisoner *tù binh* đoò bing

private *tư riêng* đuhr zee-uhng

duce v *sản xuất* saản swuht

fit n *lợi ích* ler-eẹ ík

gram n *chương trình* juhr-erng ching

jector *máy chiếu* máy jee-oo

mise v *hứa hẹn* huh-uh hạn

stitute n *gái điếm* gai dee-uhm

tect *bảo vệ* bỏw vẹ

cted species *sinh vật được bảo vệ* ng vuht đuhr-ẹrk bỏw vẹ

test n *sự phản đối* suhr faản đoy

test v *phản kháng* faản kaang

testant *theo đạo Tin Lành* ay-oo đow đin laàng

visions *thực phẩm* tuhrk fủhm
(bar) *quán ba* gwaản bạa

lic gardens *công viên công cộng* awm vee-uhn gawm gawm

lic telephone *điện thoại công cộng* ee-uhn twại gawm gawm

lic toilet *nhà vệ sinh công cộng* yaa vẹ sing gawm gawm

v *kéo* gay-oo

p n *máy bơm* máy berm

cture *lỗ chậm* lãw juhm

e *nguyên chất* ngwee-uhn junt

ole *màu tím* moh dím

se *cái bóp nhỏ* gai bóp nyó

h v *đẩy* dảy

ật duht

on *con trăn* gon chuhn

iriplegic n *người tật tất cả tay chân* guhr-eẹ đuht đuht gaả day jun

fications *chứng chỉ* juhrng jeẻ

ty *chất lượng* juht luhr-erng

antine *sự cách ly* suhr gaak lee

ter n *một phần tư* mạwt fuhn đuhr

n *nữ hoàng* nũhr hwaàng

tion n *câu hỏi* goh hỏy

e n *hàng* haàng

k *nhanh* nyaang

yên lặng ee-uhn luhng

nghĩ ngyeẽ

R

rabbit *con thỏ* gon tỏ

race (breed) *chủng tộc* jủm dạwp

race (sport) *cuộc đua* goo-uhk đoo-uh

racetrack *sân đua ngựa* suhn đoo-uh nguhr-uh

racism *nạn phân biệt chủng tộc* nạạn fuhn bee-uht jủm dạwp

racquet *vợt đánh banh* vert đaảng baang

radiator *lò sưởi* lỏ sủhr-eẻ

radio *máy radiô* máy ra-dee-aw

railroad *đường xe lửa* đuhr-erng sa lủhr-uh

railway station *ga xe lửa* gaa sa lủhr-uh

rain n *mưa* muhr-uh

raincoat *áo mưa* aw muhr-uh

rainy season *mùa mưa* moo-uh muhr-uh

rally n *đại hội* đại hoy

rape n *sự hãm hiếp* suhr haảm hee-uhp

rape v *hãm hiếp* haảm hee-uhp

rare (food) *tái* dai

rare (uncommon) *hiếm có* hee-ủhm gỏ

rash (skin) *dị ứng da* zee uhrng zaa

rat *con chuột* gon joo-uht

rate of pay *mức lương* muhrk luhr-erng

raw *sống* sảwm

razor *dao cạo* zow gọw

razor blade *lưỡi dao cạo* lủhr-ee zow gọw

read *đọc* dọp

reading *bài đọc* bai dọp

ready *sẵn sàng* suhn saàng

real estate agent *dịch vụ buôn bán đất* zịk vọọ boo-uhn baán đuht

realistic *thực tế* tuhrk dé

rear (seat etc) *sau* soh

reason n *lý do* leé zo

receipt n *biên nhận* bee-uhn nyụhn

receive *nhận* nyụhn

recently *mới* mer-eé

recommend *phó thác* fo taak

record v *ghi* gee

recording *ghi âm* gee uhm

recyclable *có thể tái chế* go tẻ dai jé

recycle *tái chế* dai jé

red *màu đỏ* moh đỏ

referee *trọng tài* chọm dai

reference *sự giới thiệu* suhr zer-eé tee-oo

reforestation *tái lập rừng* dai luhp zuhrng
refrigerator *tủ lạnh* doo laang
refugee *người tị nạn* nguhr-ee dee naan
refund v *trả lại tiền* chaá laj dee-uhn
refuse v *từ chối* duhr joy
regional *địa phương* dee-uh fuhr-erng
registered mail *thư bảo đảm* tuhr bów daam

rehydration salts *thuốc tổng hợp* too-uhk dawm herp

relationships *quan hệ* gwaan he
relax *thoải mái* twai mai
relic *di tích cổ* zee dik gaw
religion *tôn giáo* dawn zow
religious *sùng đạo* sum dow
remember *nhớ* nyer
remote *xa xăm* sa suhm
rent v *thuê* twe
repair *sửa chữa* suhr-uh juhr-uh
repeat *lặp lại* luhp laj
repellent *thuốc trừ sâu bọ tức* too-uhk chuhr soh bọ duhrk
republic *nền cộng hòa* nèn gawm hwaa
reservation (booking) *sự giữ chỗ trước* suhr zuhr jãw chuhr-érk
respect n *sự kính trọng* suhr ging chom
rest v *nghỉ ngơi* ngyeé nger-ee
restaurant *nhà hàng* nyaá haang
résumé (CV) *lý lịch* lee lik
retired *về hưu* ve huhr-oo
return (come back) v *trả lại* chaá laj
return ticket *vé khứ hồi* va kuhr hòy
review n *sự xem lại* suhr sam laj
rhythm *nhịp* nyip
rib *xương sườn* suhr-ern suhr-ern
rice (cooked) *cơm* germ
rice (uncooked) *gạo* gow
rice-and-noodle shop *quán cơm phở* gwaán germ fér
rice bowl *bát cơm* baat germ
rice cooker *cái nồi cơm* gai nòy germ
rice field *ruộng* zoo-uhng
rice wine *rượu cơm* zee-oo germ
rich (wealthy) *giàu có* zòw gó
ride n *chuyến đi xe* jwee-uhn dee sa
ride (horse) v *cõi* ger es
right (correct) *đúng* dum
right (direction) *bên phải* ben fai

right now *ngay bây giờ* ngay bay zer
right-wing *cánh phải* gaáng fai
ring (jewellery) n *nhẫn* nyũhn
ring (phone) n *tiếng reo* dee-úhng zay-oo
ring (phone) v *reo* zay-oo
rip-off *vụ lợi dụng* voo ler-ee zụm
risk n *sự mạo hiểm* suhr mow hee-uhm
river *con sông* gon sawm
river delta *đồng bằng* dàwm bùhng
road *đường* duhr-erng
road map *bản đồ đi đường* baản dàw dee duhr-erng
roadworks *công trường* gawm chuhr-èrng
rob *lấy trộm* láy chawm
rock (music) *nhạc rock* nyaak rok
rock (stone) *đá* daa
rock climbing *môn thể thao leo núi* mawn tẻ tow lay-oo noo-ee
rock group *nhóm nhạc rốc* nyóm nyaak ráwk
roll (bread) *ổ bánh mì* àw baáng maà
rollerblading *đi giày pa tinh* dee zày pa ding
romantic *lãng mạn* laang maan
room *phòng* fom
room number *số phòng* sáw fom
rope *xâu* soh
round a *xung quanh* sum gwaang
roundabout *bùng binh* bum bing
route *con đường* gon duhr-erng
rowing *sự chèo thuyền* suhr jay-oo twee-ùhn
rubbish *rác* zaák
rubella *bệnh sở* beng sér
rug *thảm* taàm
rugby *môn banh bầu dục nước Anh* mawn baang bòh zup nuhr-érk aang
ruins *sở đổ nát* suhr dàw naát
rule n *điều lệ* dee-oo le
rum *rượu rum* zee-oo rum
run v *chạy* jay
running *chạy bộ* jay baw
runny nose *chảy nước mũi* jảy nuhr-érk moo-ee

S

sad *buồn* boo-uhn
saddle *cái yến* gai ee-uhn

safe n két sắt

safe a an toàn

safe sex sự an toàn về tình dục

sailboarding môn lướt ván bườm

saint thiêng liêng

salad món ăn rau sống chọn

salary tiền lương

sale hạ giá

sales tax thuế trị giá gia tăng

salt muối

same giống nhau

sand cát

sandal chiếc giấy xăng đan

sanitary napkin băng vệ sinh

Saturday thứ bảy

sauce nước xốt

saucepan cái nồi

sauna phòng tắm hơi

sausage cái xúc xích

say nói

scale (climb) leo trèo

scalp da đầu

scarf khăn quàng

school trường học

science ngành khoa học

scientist khoa học gia

scissors cái kéo

scooter xe máy

score v ghi điểm thắng

scoreboard bảng ghi số điểm

Scotland nước Tây Cốt Lan

sculpture công trình điêu khắc

sea biển

seafood đồ ăn biển

seasick say sóng

seaside bờ biển

season mùa

seat (place) chỗ ngồi

seatbelt dây nịt an toàn vào chỗ ngồi

second (time unit) n giây

second (after first) a thứ nhì

second class cấp nhì

secondhand đồ cũ

secondhand shop tiệm đồ cũ bán lại

secretary thư ký

see nhìn thấy

self-employed tự làm chủ

selfish ích kỷ

self-service tự phục vụ

sell bán

send gởi

sensible nhạy cảm

sensual có tình cảm

sentence (prison) sự tuyên án

sentence (speech) câu

separate a khác

September tháng chín

serious thành thật

service sự phục vụ

service charge phí dịch vụ

service station trạm xăng

serviette cái khăn ăn

several một vài

sew may

sex giới tính

sexism nạn thành kiến giới tính

sexy khiêu dâm

shade n chỗ râm mát

shadow cái bóng

shampoo dầu gội đầu

shape n hình dạng

share (a dorm etc) chia phòng nội trú

share (with) chia sẻ

shave v cạo râu

shaving cream kem cạo râu

she bà ấy

sheep con cừu

sheet (bed) tấm ra

sheet (of paper) tờ giấy

shelf kệ

shiatsu *thuật bấm huyệt* thwuht buhm hwee-uht

shingles (illness) *bệnh zona* beng zo-naa

ship n *tàu thủy* dòh twee

shirt *áo sơ mi* ów ser-mee

shoe *giày* zày

shoe shop *tiệm giày* dee-uhm zày

shoes *đôi giày* doy zày

shoot v *bắn* buhn

shop n *cửa hàng* gủh-uh haàng

shop v *mua sắm* moo-uh súhm

shopping centre *trung tâm buôn bán* chum duhm boo-uhn baàn

short (height/length) *thấp* tuhp

shortage *sự thiếu thốn* suhr tee-oo táwn

shorts *quần ngắn* gwuhn ngúhn

shoulder *vai* vai

shout *la hét* laa hát

show n *cuộc triển lãm* goo-uhk cheé-uhn laãm

show v *trưng bày* chuhrng bày

shower (bath) n *tắm vòi sen* dúhm vòy san

shrine *điện thờ* dee-uhn tèr

shut a *đóng* dóm

shy *mắc cỡ* múhk gẽr

sick *đau ốm* doh áwm

side *cạnh* gaạng

sign n *bảng hiệu* baáng hee-oo

signature *chữ ký* jũhr gee

silk *lụa* loo-uh

silver *bạc* baak

similar *đồng dạng* dàwm zaạng

simple *đơn giản* dern zaán

since (time) *từ* dùhr

sing *hát* haát

Singapore *nước Sin-ga-pore* nuhr-érk sin-gaa-paw

singer *ca sĩ* gaa seẽ

single (person) *độc thân* dawp tuhn

single room *phòng đơn* fòm dern

singlet *áo lót* ów lót

sister (older) *chị* jee

sister (younger) *em* am

sit *ngồi* ngòy

size (clothes) *số* sáw

size (general) *kích thước* gík tuhr-úhk

skate (ice) v *trượt đá* chuhr-ert daá

skateboarding *môn trượt ván* mawn chuhr-ert vaán

skin *da* zaa

skirt *cái díp* gai zíp

skull *sọ* so

sky *bầu trời* bòh cher-ee

sleep v *ngủ* ngoỏ

sleeping bag *túi ngủ* doo-eé ngoỏ

sleeping berth *giường ngủ trên tàu* zuhr-èrng ngoỏ chen dòh

sleeping car *toa có giường ngủ* dwaa gó zuhr-èrng ngoỏ

sleeping pills *thuốc ngủ* too-úhk ngoỏ

sleepy *buồn ngủ* boo-ùhn ngoỏ

slice n *miếng* mee-úhng

slide (film) *phim rọi* feem zoy

slow a *chậm* juhm

slow down *đi chậm lại* dee juhm lai

slowly *chậm* juhm

small *nhỏ* nyoỏ

smaller *nhỏ hơn* nyoỏ hern

smallest *nhỏ nhất* nyoỏ nyuht

smell n *mùi* moo-eè

smile v *mỉm cười* mím guhr-eè

smoke (cigarettes) v *hút thuốc lá* hút too-úhk laá

snack n *đồ ăn nhẹ* dàw uhn nya

snail *con ốc sên* gon áwp sen

snake *con rắn* gon zúhn

snake wine *rượu rắn* zee-oo zúhn

snorkelling *bơi lặn* ber-ee luhn

snow n *tuyết* dwee-úht

soap *xà phòng* saà fòm

soap opera *vở kịch nhiều kỳ trên đài* vẻr gik nyee-oo gèè chen dai

soccer *bóng đá* bóm daá

socialist a *người theo chủ nghĩa xã hội* nguhr-eè tay-oo joỏ ngyeé-uh saã hoy

social sciences *khoa học xã hội* kwaa họp saã hoy

social security *an sinh xã hội* aan sing saã hoy

social welfare *phúc lợi xã hội* fúp ler-ee saã hoy

socks *đôi vớ* doy ver

soft drink *nước ngọt* nuhr-érk ngok

soldier *người lính* nguhr-eè ling

some *một vài* mawt vai

omeone *người nào đó*
nguhr-ee now đo

omething *cái gì* gai zee

ometimes *có khi* go kee

on *con trai* gon chai

ong *bài hát* bai haat

oon *sắp tới* shap đer-ee

ore *đau* đoh

ound *âm thanh* uhm taang

oup *súp* sup

outh n *miền nam* mee-uhn naam

ouvenir *kỷ niệm* geẻ nee-uhm

ouvenir shop *cửa hàng bán đồ lưu niệm*
gủhr-uh haàng baan đaw tuhr-oo
nee-uhm

ace (room) *chỗ rộng* jaw zom

pain *nước Tây Ban Nha*
nuhr-érk day baan nyaa

arking wine *rượu vàng có ga*
zee-oo vuhng gó gaa

eak *nói nóý*

ecial a *đặc biệt* đuhk bee-uht

ecialist n *chuyên viên*
jwee-uhn vee-uhn

eed *tốc độ* đawp đaw

eed limit *tốc độ giới hạn*
đawp đaw zer-ee haan

eedometer *đồng hồ tốc độ*
đawng hàw đáp đaw

icy (hot) *cay* gay

ider *con nhện* gon nyện

olit (food) *hư* huhr

oke *câm* guhm

oon *cái muỗng* gai moỏ-uhng

ort *thể thao* tẻ tow

ortsperson *người hâm mộ thể thao*
nguhr-ee huhm maw tẻ tow

orts store *tiệm bán đồ thể thao*
đee-uhm baan đaw tẻ tow

rain n *sự bong gân* suht bom guhn

ring (coil) *lò xo* tò so

ring (season) *mùa xuân* moo-ùh swuhn

uare (town) *quảng trường*
gwaảng chuhr-èrng

adium *sân vận động* suhn vuhn đawm

airway *cầu thang* gòh taang

le (bread) *ôi* oy

amp n *tem* đam

stand-by ticket *vé chờ chỗ trống*
vẻ jer jäw chawm

star *ngôi sao* ngoy sow

(four-)star *(bốn) sao* (bàwn) sow

start v *bắt đầu* buht đoh

station (train) *nhà ga* nyaà gaa

stationer *cửa hàng văn phòng phẩm*
gủhr-uh haàng vuhn fòm fủhm

statue *bức tượng* buhk duhr-erng

stay (at a place) *ở* er

stay (in one place) *hoãn lại* hwaản lai

steak (beef) *thịt bít tết* tit bit đét

steal *ăn cắp/trộm* Ⓝ/Ⓢ
uhn gủhp/chawm

steam n *hơi nước* her-ee nuhr-érk

steep *dốc* zawp

stereo *máy quay nhạc* máy gway nyaak

stock (food) *thực phẩm* tuhrk fủhm

stockings *vớ mặc váy* ver muhk váy

stolen *bị ăn cắp* bee uhn gủhp

stomach *bụng* bum

stomachache *bị đau bụng* bee đoh bum

stone n *đá* đaá

stoned (drugged) *bị say thuốc*
bee say too-uhk

stop (bus, tram etc) n *trạm xe* chuhm sa

stop (cease) *dừng lại* zùhng lai

stop (prevent) v *ngăn cản* nguhn gaản

stork *con cò* gon gò

storm *bão* bõw

story *câu chuyện* goh jwee-uhn

stove *cái lò* gai lò

straight *thẳng* thhng

strange *lạ* laa

stranger *người lạ mặt* nguhr-ee laa muht

stream n *dòng suối* zòm soo-eé

street *phố/đường* Ⓝ/Ⓢ láw/duhr-èrng

street market *chợ trời* jer cher-eè

strength *sức mạnh* suhrk maang

string n *dây* zay

stroke (health) *bệnh chấn thương sọ não*
beng juhn tuhr-erng so nõw

stroller *xe đẩy em bé* sa đảy am bá

strong *mạnh* maàng

stubborn *bướng bỉnh* buht-érng bỉng

student *sinh viên* sing vee-uhn

studio (art) *xưởng vẽ* suhr-erng vẽ

stupid *ngu dại* ngoo zai

style n *kiểu* gee-oo
subtitles *phụ đề* foo dè
suburb *ngoại thành* ngwai tàang
sugar *đường* duhr-èrng
suitcase *cái va li* gai vaa lee
summer *mùa hè* moo-uh hà
sun *mặt trời* muht cher-ee
sunblock *kem chống nắng* gam jàwm núhng
sunburn *sự rám nắng* suhr zúhm núhng
Sunday *ngày Chủ Nhật* ngay jòò nyuht
sunglasses *kính râm* ging zuhm
sunny *trời nắng* cher-ee núhng
sunrise *bình minh* bing ming
sunset *hoàng hôn* hwaang hawn
sunstroke *bệnh say nắng* beng say núhng
supermarket *siêu thị* see-oo tee
superstition *sự mê tín* suhr me dín
supporter (politics/sport) *người ủng hộ* nguhr-ee ủm haw
surf v *trượt sóng biển* chuhr-ert sóm bee-uhn
surface mail (land) *thư đường bộ* tuhr duhr-èrng baw
surface mail (sea) *thư đường biển* tuhr duhr-èrng bee-uhn
surfboard *ván lướt sóng* vaan luhr-ert sóm
surfing *môn trượt sóng biển* mawn chuhr-ert sóm bee-uhn
surname *tên họ* den hó
surprise *điều ngạc nhiên* dee-oo ngaak nyee-uhn
survive *sống sót* sawm sót
sweater *áo len dài tay* ow lan zai day
Sweden *nước Thụy Điển* nuhr-erk twee dee-uhn
sweet a *ngọt* ngòk
sweets *kẹo* gay-oo
swelling *vết sưng* vét suhrng
swim v *bơi* ber-ee
swimming *bơi lội* ber-ee loy
swimming pool *hồ bơi* haw ber-ee
swimsuit *bộ áo tắm* baw ow dúhm
Switzerland *nước Thụy Sĩ* nuhr-erk twee see
synagogue *hội đạo giáo đường Do Thái* hoy dow zow duhr-èrng zo tai

synthetic *nhân tạo* nyuhn dow
syringe *ống tiêm* áwm dee-uhm

T

table *cái bàn* gai baan
tablecloth *khăn giải bàn* kuhn zai baan
table tennis *bóng bàn* bóm baan
tail *đuôi* doo-ee
tailor *thợ may quần áo* ter may gwùhn ow
take *lấy* láy
take a photo *chụp hình* júp hing
talk v *nói* nóy
tall *cao* gow
tampon *nút bông vệ sinh* nút buhng vẹ sing
tanning lotion *thuốc chống nắng* too-úhk jòm núhng
Taoist *theo đạo Lão* tay oo dow lów
tap *cái vòi nước* gai vòy nuhr-érk
tap water *nước máy* nuhr-érk máy
tasty *ngon* ngon
tax n *thuế* twé
taxi *xe taxi* sa dúhk-see
taxi stand *bến xe taxi* ben sa dúhk-see
tea *trà* chaa
teacher *giáo viên* zów vee-uhn
teaching *nghề dạy học* ngye zay hop
team *đội* doy
tear n *nước mắt* nuhr-érk muht
teaspoon *muỗng nhỏ* moo-uhng nyỏ
technique *kỹ thuật* gee twuht
teeth *răng* zuhng
telegram *bức điện tín* búhrk dee-uhn dín
telephone n *điện thoại* dee-uhn twai
telephone v *gọi điện thoại* goy dee-uhn twai
telephone centre *văn phòng điện thoại* vuhn fòm dee-uhn twai
telescope *kính thiên văn* ging tee-uhn vuhn
television *vô tuyến truyền hình* vaw dwee-uhn chwee-uhn hing
tell *nói* nóy
temperature (fever) *độ nóng* daw nóm
temperature (weather) *nhiệt độ* nyee-uht daw

temple *đền* đèn
tennis *ten-nít* de nít
tennis court *sân ten-nít* suhn de nít
tent *lều* lay-oò
tent peg *cọc lều* gọp lay-oò
terrible *kinh khủng* ging kum
test n *thi* tee
Thailand *nước Thái Lan* nuhr-érk tai laan
thank *cảm ơn* gaam ern
that a *cái đó* gai do
theatre *rạp hát* zaap haat
their *của họ* goỏ uh ho
there *đó* do
thermometer *cặp nhiệt độ* guhp
nyee-uht daw
they *họ* ho
thick *dày* zày
thief *kẻ cắp/trộm* Ⓝ/Ⓢ gẻ gúhp/chawm
thin *gầy ốm* gày àwm
think *nghĩ* ngyeẻ
third *thứ ba* tuhr baa
thirsty *khát nước* kaát nuhr-érk
this a *cái này* gai này
thread (sewing) *chỉ* jeẻ
throat *cuống họng* gòo-úhng hom
thrush (health) *bệnh tưa* beng duhr-uh
thunderstorm *cơn mưa to có sấm sét*
gern muhr uh do gó suhm sat
Thursday *thứ năm* tuhr nuhm
ticket *vé* va
ticket collector *người soát vé*
nguhr-eè swaát va
ticket machine *máy mua vé*
máy moo-uh va
ticket office *phòng bán vé* fòm baán va
tide *thủy triều* twee chee-oò
tiger *con hổ* gon hảw
tight *chật* juht
time *thời gian* ter-eè zaan
time difference *giờ khác nhau*
zer zaák nyoh
timetable *thời dụng biểu*
ter-eè zụm beé-oo
tin (can) *hộp thiếc* hawp tee-úhk
tin opener *dụng cụ mở đồ hộp*
zụm gòo mer dàw hawp
tiny *tí* dee
tip (gratuity) n *tiền thưởng thêm*
dee-uhn tửhr-erng tem

tire *lốp xe* lawp sa
tired *mệt* met
tissues *giấy mỏng* zảy mỏm
to *đến* đén
toast (food) n *bánh mì lát nướng*
baang mee laat nuhr-érng
toaster *máy nướng bánh mì*
máy nuhr-érng baáng mee
tobacco *thuốc lá* too-uhk laá
tobacconist *quán bán thuốc lá*
gwaan baán too-uhk laá
today *hôm nay* hawm nay
toe *ngón chân* ngon juhn
tofu *đậu phụ* doh too
together *cùng nhau* gùm nyoh
toilet *nhà vệ sinh* nyaà ve sing
toilet paper *giấy vệ sinh* zảy ve sing
tomato *trái cà chua* chai gaà joo uh
tomato sauce *xốt cà chua*
sáwt gaà joo-uh
tomb *cái mộ* gai maw
tomorrow *ngày mai* ngày mai
tomorrow afternoon *chiều mai*
jee-oo mai
tomorrow evening *tối mai* doy mai
tomorrow morning *sáng mai* saáng mai
tonight *tối nay* doy nay
too (also) *cũng như thế* gùm nyuhr té
too (expensive etc) *quá* gwaá
tooth *răng* zuhng
toothache *đau răng* doh zuhng
toothbrush *bàn chải đánh răng*
baàn jải đaáng zuhng
toothpaste *kem đánh răng*
gam daáng zuhng
toothpick *cái tăm* gai duhm
torch (flashlight) *đèn pin* đàn pin
touch v *chạm* juhm
tour n *cuộc đi du lịch*
goo-uhk dee zoo lịk
tourist *khách du lịch* kaák zoo lịk
tourist office *văn phòng hướng dẫn*
khách du lịch vuhn fom huhr-erng
zũhn kaák zoo lịk
towards *phía trước* fee uh chuhr-érk
towel *khăn tắm* kuhn dúhm
tower *tháp* taap

toxic waste *thải ra chất độc* taí zaa júht dawp

toy shop *tiệm bán đồ chơi* dee-uhm baán đâw jer-ee

track (path) *đường đi* duhr-érng dee

track (sport) *môn thể thao chạy đua* mawn tế tow jay doo-uh

trade n *nghiệp* ngyee-uhp

trade union *công đoàn* gawm đwaán

tradesperson *người thợ* nguhr-eè ter

traffic *sự giao thông* suhr zow tawm

traffic light *đèn giao thông* dàn zow tawm

trail *đường đi* duhr-érng dee

train *xe lửa* sa lửhr-uh

train station *ga xe lửa* gaa sa lửhr-uh

transit lounge *phòng đợi máy bay* fòm der-eè máy bay

translate *phiên dịch* fee-uhn zik

transport (vehicle) *chuyển chở* jwee-ủhn jér

travel a *du lịch* saák zoo lik

travel v *đi du lịch* dee zoo lik

travel agency *văn phòng đại lý du lịch* vuhn fòm đại leé zoo lik

travellers cheque *séc du lịch* sák zoo lik

travel sickness (boat) *bị say tàu* beę say đòh

travel sickness (car) *bị say xe* beę say sa

tree *cây* gay

trek n&v *chuyến đi vất vả* jwee-úhn đee vúht vaả

trendy (person) *hợp thời trang* hérp ter-eè chaang

trip (journey) *chuyến đi* jwee-úhn đee

trolley *xe đẩy tay* sa đẩy day

trousers *quần* gwùhn

truck *xe chở hàng* sa jér haàng

trust v *tin cậy* din gay

truth *sự thật* suhr tuht

try (attempt) v *cố gắng* gó gúhng

try (test) v *thử* tủhr

T-shirt *áo lót ngắn tay* ow lót nguhn day

tsunami *nạn nhân sóng thần* naạn nyuhn sóm tùhn

tube (tyre) *ruột xe* zoo-uht sa

Tuesday *thứ ba* túhr baa

tumour *khối u* koy oo

tuna *cá ngừ* gaá nguhr

turkey *con gà tây* gon gaá day

turn v *rẽ/quẹo* Ⓝ/ Ⓢ zã/gway-oo

TV *tivi* dee vee

tweezers *cái nhíp* gaí nyip

twice *gấp hai* gúhp hai

twin beds *giường đôi* zuhr-èrng đoy

twins *sinh đôi* sing đoy

two *hai* hai

type n *đánh máy đáang máy*

typhoon *cơn bão* gern bõw

typical *tiêu biểu* dee-oo beẻ-oo

tyre *lốp xe* lawp sa

U

ultrasound *siêu âm* see-oo uhm

umbrella *cái dù* gaí zoò

uncomfortable *khó chịu* kó jee-oo

understand *hiểu* heẻ-oo

underwear *quần lót* gwuhn lót

unemployed *người thất nghiệp* nguhr-eè tuht ngyee-uhp

unfair *bất công bằng* búht gawm buhng

uniform n *âu phục* oh fup

universe *vũ trụ* voõ choo

university *trường đại học* chuhr-èrng đại hop

unleaded *không có chì* kawm gó jeè

unsafe *không an toàn* kawm aan dwaàn

until *cho đến* jo đén

unusual *không bình thường* kawm bìng tuhr-èrng

up *ở trên* ér chen

uphill *dốc* zawp

urgent *khẩn cấp* kủhn gúhp

urinary infection *bệnh viêm đường tiểu tiện* beng vee-uhm đuhr-èrng deẻ-oo dee-uhn

USA *nước Mỹ* nuhr-érk meẽ

usefull *có ích* gó ík

V

vacancy *có phòng* gó fòm

vacant *trống* chawm

cavation *kỳ nghỉ* geè ngyeẻ

vaccination *sự chủng ngừa*
suhr jûm nguhr-ùh

vagina *âm đạo* uhm dọw

validate *chứng minh* juhrng ming

valley *thung lũng* tum lũm

valuable *có giá trị* gó zaá chee

value (price) n *định giá* ding zaá

van *xe hàng* sa haàng

vegetable *rau củ* zoh gỏ

vegetarian n *người ăn chay*
nguhr-eè uhn jay

vegetarian a *ăn chay* uhn jay

vegetation *cây cỏ* gay gỏ

vein *tĩnh mạch* ding maak

venereal disease *bệnh hoa liễu*
beng hwaa leẽ-oo

venue *nơi gặp gỡ* ner-ee guhp gẽr

very *rất* zuht

video recorder *máy thâu băng*
máy toh buhng

video tape *băng hình* buhng hing

Vietnam *nước Việt Nam*
nuhr-érk vee-uht naam

Vietnamese a *của Việt Nam*
goỏ-uh vee-uht naam

Vietnamese (language) n *tiếng Việt*
dee-úhng vee-uht

Vietnamese (people) n *người Việt*
nguhr-eè vee-uht

view n *cảnh* gaảng

village *làng xã* laàng saã

vine *cây leo* gay lay-oo

vinegar *giấm* zuhm

virus *vi khuẩn* vee kwủhn

visa *giấy xuất cảnh* zãy swuht gaảng

visit v *thăm* tuhm

vitamins *sinh tố* sing daw

voice n *giọng nói* zom nóy

volleyball *bóng chuyền* bom jwee-ùhn

volume (capacity) *âm lượng*
uhm luhr-erng

vote v *bầu cử* bòh gùhr-oo

W

age *tiền lương* dee-ùhn luhr-erng

ait *đợi* der-ee

aiter *người hầu bàn* nguhr-eè hòh baan

waiting room *phòng đợi* fom der-ee

wake (someone) up *đánh thức dậy*
daáng túhrk zay

walk v *đi bộ* dee bạw

wall (inside) *tường* duhr-èrng

wall (outer) *thành* taàng

want *muốn* moo-úhn

war *chiến tranh* jee-úhn chaang

wardrobe *tủ quần áo* doỏ gwùhn ów

warm *ấm áp* úhm aáp

warn *cảnh cáo* gaảng gów

war veteran *cựu lính* gùhr-oo líng

wash (oneself) *tắm rửa* duhm zửh-uh

wash (something) *giặt* zụht

wash cloth *khăn lau mặt*
kuhn loh muht

washing machine *máy giặt* máy zụht

watch n *đồng hồ đeo tay*
dàwm hàw day-oo day

watch v *xem* sam

water *nước* nuhr-érk

waterfall *thác nước* taák nuhr-érk

waterproof *không thấm nước*
kawm túhm nuhr-érk

water puppet theatre *thuật rối nước*
twụht zóy nuhr-érk

water-skiing *môn trượt nước*
mawn chuhr-ert nuhr-érk

wave *làn sóng* laàn sóm

way *đường đi* duhr-èrng dee

we (excluding speaker) *chúng tôi*
jùm doy

we (including speaker) *chúng ta*
jùm daa

weak *yếu* ee-oó

wealthy *giàu có* zòh gó

wear (clothes) *mặc* muhk

weather *thời tiết* ter-eè dee-úht

wedding *lễ cưới* leẽ gùhr-eé

Wednesday *thứ tư* túhr duhr

week *tuần* dwùhn

weekend *cuối tuần* goo-ee dwùhn

weigh *cân* guhn

weight *trọng lượng* chom luhr-erng

well (health) *khỏe* kwẻ

west n *miền tây* mee-ùhn day

wet *ẩm ướt* ủhm uh ért

what *cái gì* gaí zeè

wheel *bánh xe* baáng sa
wheelchair *xe lăn* sa luhn
when *khi nào* wee nòw
where *ở đâu* er doh
which *cái nào* gai now
white *màu trắng* mòh chúhng
who *ai* ai
why *tại sao* tai sow
wide *rộng lớn* zawm lérn
wife *vợ* ver
wild animal *thú vật hoang dã*
    too vụht hwaáng zaã
win v *thắng* túhng
wind *gió* zo
window *cửa sổ* gủhr uh sảw
windscreen *kính chắn gió* gíng júhn zo
wine *rượu nho* zee oọ nyo
wings *cánh* gaáng
winner *người thắng cuộc*
    nguhr eè túhng goo uhk
winter *mùa đông* moo uh dawm
wire n *dây kim loại* zay gim lwai
wish v *hy vọng* hee vọm
with *với* ver ee
within (time) *trong vòng* chom vòm
without *không có* kawm gò
wok *cái chảo* gai jỏw
woman *phụ nữ* foo nũhr
wonderful *tuyệt diệu* dwee uht zee oọ
wood *gỗ* gãw
woodcarving *đồ gỗ khắc* daw gãw kúhk
wool *len* lan
word *từ* dùhr
work n *công việc* gawm vee uhk
work v *làm việc* laàm vee uhk
workout *luyện tập thân thể với cường*
    độ cao lwee uhn duhp luhn tẻ ver eé
    guhr eèng daw gow

work permit *giấy phép đi làm*
    zấy fap dee laàm
workshop *công xưởng* gawm súhr erng
world *thế giới* te zer eé
World Cup *cúp thế giới* gúp te zer ee
worms *giun* zun
worried *lo lắng* lo lúhng
worship v *sự tôn kính* sụht dawn gíng
worth a *đáng giá* daáng zaa
wrist *cổ tay* gảw day
write *viết* vee úht
writer *tác giả* daák zaả
wrong *sai* sai

year *năm* nuhm
yellow *màu vàng* mòh vaàng
yes *vâng* vuhng
yesterday *hôm qua* hawm gwaa
yet *chưa* juhr uh
yoga *thuyết yoga* twee úht yo gaa
yogurt *sữa chua* sũhr uh joo uh
you *bạn* baan
young *trẻ* chả
your *của bạn* goỏ uh baan
youth n *thanh niên* taang nee uhn
youth hostel *nhà nghỉ thanh niên*
    nyaà ngyeẻ taang nee uhn

zip/zipper *dây kéo* zay gáy oo
zodiac *hoàng đạo* hwaàng dow
zoo *vườn bách thú* vùhr ern baak toó

The words in this dictionary are listed according to the Vietnamese alphabetical order (see the alphabet box below). The order of tone marks on the same vowels is: a, á, à, ả, ã, ạ. You'll find words marked with **n, a, adv, prep** and **v** (indicating noun, adjective, adverb, preposition and verb) where necessary. When we've given both the northern and the southern translation of a word, the two options are marked as Ⓝ and Ⓢ for more details on regional variations, se **pronunciation,** page 15). For food terms, see the **culinary reader**, page 165.

vietnamese alphabet

A a	Ă ă	Â â	B b	C c	D d	Đ đ	E e	Ê ê
aa	uh	uh	be	se	ze	đe	a	e
G g	H h	I i	K k	L l	M m	N n	O o	Ô ô
zhe	haat	ee	ğaa	e·luh	e·muh	e·nuh	o	aw
Ơ ơ	P p	Q q	R r	S s	T t	U u	Ư ư	V v
er	be	koo	e·ruh	e·suh	de	u	uhr	ve
X x	Y y							
ek·suh	ee·gret							

A

ai ai *who*
anh trai aang cahi *older brother*
an sinh xã hội aan sing soả họy
  social security
an toàn aan dwaàn *safe* a
ánh sáng aáng saáng *light* n
áo choàng ow jwaàng *coat*
áo đầm ow đuhm *dress* n
áo gối ow góy *pillowcase*
áo khoác ow kwaák *overcoat*
áo len dài tay ow lan zaì day
  jumper (sweater)
áo lót ow lót *singlet*
áo lót ngắn tay ow lót ngúhn day *T-shirt*
áo mưa ow muhr·uh *raincoat*
áo ngực ow nguhrk *bra*
áo phao ow fow *life jacket*
áo sơ mi ow ser mee *shirt*

áo vét ow vát *jacket*
áp lực aáp luhrk *pressure* n
ảo giác ow zaák *hallucination*
ảo thuật gia ow twụht zaa *magician*

Ă

ăn uhn *eat*
ăn cắp Ⓝ uhn ğúhp *steal*
ăn chay uhn jay *vegetarian* a
ăn sáng uhn saáng *breakfast*
ăn trộm Ⓢ uhn chạwm *steal*

Â

âm đạo uhm dọw *vagina*
âm lịch uhm lịk *lunar calendar*
âm lượng uhm luhr·erng
  volume (capacity)

âm nhạc *uhm nyaak* music
âm thanh *uhm taang* sound n
âu phục *oh fup* uniform n
ấm áp *uhm aap* warm a
ầm ĩ *uhm eë* loud
ẩm *uhm* humid
ẩm ướt *uhm uhr ert* wet
Ấn Độ Giáo *uhn daw zow* Hindu n

B

ba *baa* dad
ba lô *baa law* backpack
ban đêm *baan dem* night
bảng Anh *baang aang* pound (money)
ban nhạc *baan nyaak* band (music)
ban nhạc hòa tấu *baan nyaak hwaá doh* orchestra
bao cao su *bow gow soo* condom
bao gồm *bow gawm* included
bao lơn *bow lern* balcony
bao nhiêu *bow nyee oo* how much
bay *bay* fly v
bác sĩ *baak seë* doctor
bác sĩ phụ khoa *baak seë foo kwaa* gynaecologist
bán *baán* sell
bánh gôn *baang gawn* golf ball
bánh mì *baang meè* bread
bánh mì lát nướng
    baang meè laát nuhr erng toast (food) n
bánh qui *baang gwee* biscuit
bánh quy mặn *baang gwee maan* cracker
bánh quy ngọt *baang gwee ngok* cookie
bánh xe *baang sa* wheel
bát cơm *baat germ* rice bowl
bà ấy *baa ây* she
bà chủ nhà *baa joò nyaa* landlady
bà nội *baa noy* paternal grandmother
bà ngoại *baa ngwai*
    maternal grandmother
bài đọc *bai dop* reading
bài hát *bai haat* song
bài quảng cáo *bai ğwaáng ğow* advertisement
bàn chải *baàn jaí* brush n
bàn chải đánh răng
    baan jai đaang zuhng toothbrush

bàn chải tóc *baàn jaí dóp* hairbrush
bàn chân *baan juhn* foot (body)
bàn chữ *baàn jûhr* keyboard
bàn cờ *baàn ğèr* chessboard
bàn đạp *baan đạp* pedal n
bàn ghế *baan ğé* furniture
bàn tay *baàn day* hand
bàn thờ *baan tèr* altar
bản đồ *baản đaw* map
bản đồ đi đường
    baản đaw đee đuhr erng road map
bản lý lịch *baan lee lik* CV-résumé
bảng ghi số điểm
    baảng gee saw deẻ uhm scoreboard
bảng hiệu *baảng hee oọ* sign n
bảo đảm *bôw đaảm* guaranteed
bảo thủ *bôw toỏ* conservative n
bảo vệ *bôw vẹ* protect
bãi biển *bai beẻ uhn* beach
bãi cắm trại *bai ğuhm chại* camping ground
bãi đậu xe *bai đoh sa* car park
bãi mìn *bai mìn* minefield
bão *bôw* storm
bạc *baak* silver n
bạch phiến *baak fe uhn* heroin
bạn *baan* friend·you
bạn đồng nghiệp *baan đawm ngye uhp* colleague
bạn đường *baan đuhr èrng* companion
bạn gái *baan gaí* girlfriend
bạn trai *baan chai* boyfriend
băng *buhng* bandage·gauze
băng dán *buhng zaán* Band-Aid
băng ghi âm *buhng gee uhm* cassette
băng hình *buhng hing* video tape
băng thu lời hướng dẫn *buhng too ler eè*
    nuhr·érng zũhn guide (audio) n
băng vệ sinh *buhng ve sing*
    sanitary napkin
bắn *buhn* shoot v
bắp thịt *buhp lit* muscle
bắt *buht* arrest v
bắt đầu *buht đòh* begin · star v
bằng *buhng* flat a
bằng lái xe *buhng lai sa* drivers licence
bây giờ *bay zèr* now
bằm *buhm* mince n
bất công bằng *buht ğawm buhng* unfair

ất lực *bủht luhrk* disabled (person)
ấu cử *boh gủhr-oo* vote v
ấu trời *boh cher-eè* sky
ận rộn *buhn zawn* busy
ên cạnh *ben gaạng* beside·next to
ên ngoài *ben ngwai* outside
ên phải *ben fai* right (direction)
ên trong *ben chom* inside
ến xe buýt *ben-a bweet* bus station
ến xe taxi *bén-sa dủhk-see* taxi stand
ệnh cảm cúm *beṇg gaảm gùm*
 flu · influenza
ệnh chàm *beṇg jaảm* eczema
ệnh chấn thương sọ não *beṇg juhn*
 hr-erng sọ nòw stroke (health)
ệnh dị ứng phấn hoa
 ạng zee ửhng fuhn hwaa hay fever
ệnh đau tim *beṇg đoh dim* heart attack
ệnh hoa liễu *beṇg hwaa leẻ-oo*
 venereal disease
ệnh ỉa chảy *beṇg eẻ-uh jày*
 gastroenteritis
ệnh khó tiêu *beṇg kỏ dee-oo*
 indigestion
ệnh quai bị *beṇg ǵwai beẹ* mumps
ệnh say nắng *beṇg say nủhng* sunstroke
ệnh sốt rét *beṇg sáwt zét* malaria
ệnh sốt rét đăng ga
 ạng sáwt zet duhng gaa dengue fever
ệnh sở *beṇg sér* rubella
ệnh sởi *beṇg sẻr-ee* measles
ệnh suyễn *beṇg swee-ủhn* asthma
ệnh sưng tuyến *beṇg suhrng dwee-úhn*
 glandular fever
ệnh tật *beṇg duht* disease
ệnh tiêu chảy *beṇg dee-oo jày* diaeehoea
ệnh tiểu đường *beṇg deẻ-oo đủhr-erng*
 diabetes
ệnh tim *beṇg dim* heart condition
ệnh tim tạm ngừng
 ạng dim daạm ngủhrng cardiac arrest
ệnh thiếu máu *beṇg tee-oó mòh*
 anaemia
ệnh thủy đậu *beṇg tweẻ đọh*
 chicken pox
ệnh tựa *beṇg'dủhr-ụh* thrush (health)
ệnh ung thư *beṇg um tủhr* cancer
 ạng vee-uhm ǵoo-úhng fóy bronchitis

bệnh viêm gan *beṇg vee-ủhm gaan*
 hepatitis
bệnh viện *beṇg vee-ụhn* hospital
bệnh zona *beṇg zo-naa* shingles (illness)
bia *bee-uh* beer
bia hơi *bee-uh her-ee* draught beer
bi da lỗ *bee zaa lãw* pool (game)
biên giới *bee-uhn zer-eé* border n
biên lai số hành lý
 bee-uhn lai saw haảng leé luggage tag
biên nhận *bee-uhn nyụhn* receipt n
biết *bee-úht* know (something)
biệt danh *bee-uht zaạng* nickname
biết ơn *bee-úht ern* grateful
biển *beẻ-uhn* sea
bích chương quảng cáo
 bík juhr-erng ǵwaảng ǵów poster
bình *bing* jar·pot (ceramics)
bình chứa ga *bing juhr-ửh gaa*
 gas cartridge
bình minh *bing ming* dawn·sunrise
bì thư *beẻ tuhr* envelope
bị ăn cắp *bee uhn ǵủhp* stolen
bị cảm *beẹ gaảm* have a cold
bị cháy *beẹ jáy* burnt (cooking)
bị chứng tê liệt *bee júhrng de lee-ụht*
 paraplegic n
bị đau bụng *beẹ đoh buṃ* stomachache
bị gãy *beẹ gãy* broken
bị hư *bee huhr* broken down·out of order
bị mất *bee múht* lost
bị say rượu *bee say zee-oọ* drunk a
bị say tàu *bee say dòh*
 travel sickness (boat)
bị say thuốc *bee say too-úhk*
 stoned (drugged)
bị say xe *bee say sa* travel sickness (car)
bị thương *beẹ tuhr-erng* injured
bóng bàn *bóm baản* table tennis
bóng chày *bóm jày* baseball
bóng chuyền *bóm jwee-ùhn* volleyball
bóng chuyền biển *bóm jwee-ùhn*
 beẻ-uhn beach volleyball
bóng đá *bawm đaá* football (soccer)
bóng đái *bóm đai* bladder
bóng đèn điện *bóm dàn dee-ụhn*
 light bulb
bóng rổ *bóm zảw* basketball

bóp đeo bụng bóp day-oo bụm *bumbag*

bọ chét bọ chét *flea*

bông bawm *cotton*

bông gòn bawm gòn *cotton balls*

bông hoa bawm hwaa *flower*

bông tai bawm dai *earrings*

bố baw *father*

bối rối boy-ee *embarrassed*

bồn tắm bawn dühm *bath* n

bộ áo tắm baw ow dühm *swimsuit*

bộ dao nĩa baw zwaa neẽ-uh *cutlery*

bộ phận baw fühn *part (component)*

bộ phận sang số xe đạp
baw fühn saang saw sa đaạp *derailleur*

bộ quần áo tắm baw gwuhn ow dühm
bathing suit

bột bawt *flour*

bơ ber *butter-margarine*

bơi ber-ee *swim* v

bơi lặn ber-ee lụhn *snorkelling*

bơi lội ber-ee loy *swimming*

bờ biển bèr bee-ühn *coast-seaside*

bởi vì bẻr-ee veè *because*

buôn bán boo-uhn baán *business*

buôn bán thuốc lậu boo-uhn baán
too-úhk lọh *drug trafficking*

buồn boo-ùhn *sad*

buồn cười boo-ùhn gühr-eè *funny*

buồn nôn boo-ùhn nawm *nausea*

buồn ngủ boo-ùhn ngoỏ *sleepy*

buồn tẻ boo-ùhn dả *boring*

buồng trứng boo-ùhng chúhrng *ovary*

buổi ăn tối boỏ-ee uhn dóy *dinner*

buổi chiều boỏ-ee jee-oò *afternoon*

buổi hòa nhạc boỏ-ee hwaà nyaạk
concert

buổi họp nhạc boỏ-ee họp nyaạk *gig*

buổi sáng boỏ-ee saáng *morning*

buổi tối boỏ-ee dóy *evening*

buổi trưa boỏ-ee chuhr-uh *noon*

bút bi bút bee *ballpoint pen*

bút chì bút jeè *pencil*

bùn bùn *mud*

bùng binh bùm bing *roundabout*

bụng bụm *stomach*

bướng bỉnh buhr-érng bỉng *stubborn*

bưu ảnh buhr-oo ảng *postcard*

bưu điện buhr-oo dee-ühn *post office*

bưu kiện buhr-oo ğee-ühn *parcel*

bưu phẩm gửi bằng máy bay buhr-oo
fühm gühr-ee bùhng máy bay *airmail*

bưu phí buhr-oo feé *postage*

bức điện tín buhrk đee-ühn dín *telegram*

bức tranh buhrk chaang
painting (canvas)

bức tượng buhrk duhr-érng *statue*

bữa ăn buhr-uh uhn *meal*

bữa ăn trưa buhr-uh uhn chuhr-uh *lunch*

C

ca cao ğaa ğow *cocoa*

cao ğow *high-tall*

cao nguyên ğow ngwee-uhn *plateau*

ca sĩ ğaa seẽ *singer*

cay ğay *spicy (hot)*

cá gáa *fish* n

các loại bánh tây ğaák lwại baáng day
pastry

cái bánh ngọt ğai baáng ngọk *cake*

cái bàn ğai baàn *table*

cái bật lửa ğai bụht lühr-uh
cigarette lighter

cái bóng ğai bóm *shadow*

cái bóp nhỏ ğai bóp nyỏ *purse*

cái cắt móng tay ğai gúht mom day
nail clippers

cái cặp ğai guhp *briefcase*

cái chảo ğai jỏw *wok*

cái chảo chiên ğai jỏw jee-uhn *frying pa*

cái côn ğai ğawn *clutch (car)*

cái díp ğai zip *skirt*

cái dù ğai zoò *umbrella*

cái đèn pin ğai đàn pin *flashlights (torch*

cái đèn xe ğai đàn sa *headlights*

cái đĩa ğai đeẽ-uh *disk (CD-ROM)-plate*

cái đĩa mềm ğai đeẽ-uh mèm *floppy dish*

cái đó ğai đó *it-that a*

cái gang tay ğai gaang day *glove*

cái gạt tàn thuốc ğai gaạt daàn too-úhk
ashtray

cái gì ğai zeè *something-what*

cái giường ğai zuhr-èrng *bed*

cái hẹn ğai hạn *appoinment-date* n

cái hồ ğai hàw *lake*

cái hộp ğai hạwp *box* n

kéo *gai gay-oó* **scissors**	cánh *gaáng* **wings**
khăn ăn *gai kuhn uhn* **serviette**	cánh đồng *gaáng đawm* **field**
khóa móc *gai kwaá mop* **padlock**	cánh hữu *gaáng hũhr-oo* **left-wing**
khử rượu *gai koõ-ee zee-oo*	cánh phải *gaáng faỉ* **right-wing**
corkscrew	cánh tay *gaáng day* **arm**
kính *gai ging* **glasses (spectacles)**	cáp treo *gaáp chay-oo* **cable car**
lá *gai laá* **leaf**	cát *gaat* **sand**
lò *gai lo* **oven-stove**	cafê *gaa fe* **coffe**
lò ve sóng *gai lò vee sóm*	cà ri *gaà ree* **curry**
microwave (oven)	cả hai *gaả hai* **both**
lược *gai luhr-erk* **comb** n	cảm *gaảm* **cold (illness)**
lương *gai luhr-erng* **classical theatre**	cảm động *gaảm đawm* **emotional**
màn *gai maản* **mosquito net**	cảm giác *gaảm zaák* **feelings**
mền *gai mèn* **blanket**	cảm ơn *gaảm ern* **thank**
miệng *gai mee-uhng* **mouth**	cảnh *gaảng* **view** n
mộ *gai maw* **tomb**	cảnh cáo *gaảng gòw* **warn**
mở chai *gai mér jai* **bottle opener**	cảnh sát *gaảng saát* **police-police officer**
mở đồ hộp *gai mér đaw hawp*	cãi nhau *gai nyoh* **argue**
an opener	cạnh *gaạng* **side**
mũ *gai moõ* **hat**	cạo râu *gow zoh* **shave** v
muỗng *gai moõ-uhng* **spoon**	căm *gùhm* **spoke** n
nào *gai nòw* **which**	căn nhà *gùhm nyaà* **house**
này *gai này* **this** a	căn phố *gùhm fáw* **apartment-flat** n
nĩa *gai nee-ũh* **fork**	cắm trại *gùhm chai* **camp** v
nón *gai nón* **conical hat**	cắn *gùhn* **bite (dog)** n
nồi *gai này* **saucepan**	cắt *gùht* **cut** v
nồi cơm *gai này germ* **rice cooker**	cân *gùhn* **weigh**
nút bấm *gai nút bùhm* **button**	câu *goh* **sentence (speech)**
nhíp *gai nyíp* **tweezers**	câu chuyện *goh jwee-uhn* **story**
phích cắm điện *gai fík gùhm đee-uhn*	câu hỏi *goh hỏy* **question** n
plug (electricity) n	câu trả lời *goh chaả ler-eè* **answer** n
quạt *gai gwaạt* **fan (hand-held)**	cây *gay* **tree**
quần *gai gwùhn* **pants (trousers)**	cây bông gòn *gay bawm gòn* **cotton buds**
rổ *gai zảw* **basket**	cây búa *gay boo-uh* **hammer**
súng *gai súm* **gun**	cây cỏ *gay gỏ* **vegetation**
tai *gai dai* **ear**	cây leo *gay lay-oo* **vine**
tách *gai daák* **cup**	cây số *gay sáw* **kilometre**
tã *gai daã* **diaper (nappy)**	cây thánh giá *gay taáng zaá*
tăm *gai duhm* **toothpick**	**cross** n
thắng xe *gai tùhng sa* **brakes (car)**	cây thông *gay tawm* **pine** n
thớt *gai tért* **chopping board**	cây tre *gay cha* **bamboo**
trống *gai chawm* **drum (music)**	cấm hút thuốc lá *gùhm hút too-úhk laá*
va li *gai vaa lee* **suitcase**	**nonsmoking**
vòi nước *gai vòy nuhr-erk* **tap**	cấp cứu *gùhp gùhr-oó* **emergency**
võng *gai võm* **hammock**	cấp nhì *gùhp nyeè* **second class**
xúc xích *gai súp sík* **sausage**	cấp thường *gùhp tuhr-erng*
yến *gai ee-úhn* **saddle** n	**economy class**
ngừ *gaả ngùhr* **tuna**	cần *gùhn* **need** v

cần sa gùhn saa *marjuana.pot (dope)*
cần thiết gùhn tee-úht *necessary*
cầu gòh *bridge*
cầu lông gòh lom *badminton*
cầu thang gòh taang *stairway*
cầu thang máy gòh taang máy *escalator*
cha chồng jaa jàwm
    father-in-law (husband's father)
chai jai *bottle*
cha mẹ jaa mạ *parents*
cha vợ jaa vẹr *father-in-law (wife's father)*
chán jaán *bored*
cháu trai jóh chai *grandchild*
chào jòw *goodbye*
chảo jỏw *pan*
chảy nước mũi jảy nuhr·érk moo·ee
    runny nose
chạm juhm *touch* v
chạy jạy *run* v
chạy bộ jạy baw *running*
chạy bộ chơi jạy baw jer·ee *jogging*
chăn giường juhn zuhr·èrng *bedding*
chặt juht *tight*
châm cứu juhm gùhr·oó *acupuncture*
chân juhn *leg*
Châu Á joh aá *Asia*
Châu Âu joh oh *Europe*
Châu Phi joh fee *Africa*
chấn thương não juhn tuhr·erng nòw
    concussion
chất khử mùi juht kủhr moo·eè
    deodorant
chất lượng juht luhr·erng *quality*
chậm juhm *slow.slowly*
chén jén *bowl*
chế độ ăn uống jé đạw uhn oo·úhng *diet*
chế độ chính trị có nhiều đảng
    jé đạw jing chee gỏ nyee·oò đaảng
    political pluralism
chế độ dân chủ jé đạw zuhn joỏ
    democracy
chết jét *dead* a.*die* v
chia bài jee·uh bai *deal (cards)*
chia phòng nội trú jee·uh fòm nọy choỏ
    share (a dorm site)
chia sẻ jee·uh sả *share (with)*
chiên jee·uhn *fried.fry*

chiếc giấy xăng đan
    jee·uhk záy suhng đan *sandal*
chiếc pha jee·ùhk faa *ferry* n
chiến tranh jee·uhn chaang *war*
chiếu jee·oó *mat*
chiều jee·oò *afternoon*
chim jim *bird*
chi tiết jee dee·uht *details*
chích jik *bite (insect)* n. *inject* v
chính jing *main*
chính phủ jing fủ *government*
chính sách jing saák *policy*
chính trị jing chee *politics*
chìa khóa jee·ùh kwaà *key*
chỉ jee *point* v · *thread (sewing)* n
chị jee *older sister*
cho jo *give*
cho ăn jo uhn *feed*
cho đến jo đén *until*
cho phép jo fáp *allow*
chó hướng dẫn jó huhr·érng zũhn
    guide dog
chóng mặt chóm mụht *dizzy*
chọn jọn *choose*
chống hạt nhân jáwm hạat nyuhn
    antinuclear
chồng jàwm *husband*
chồng đính hôn jàwm đing hawn *fiancé*
chỗ jãw *place* n
chỗ ngồi jãw ngòy *seat (place)*
chỗ ở jãw èr *accommondation*
chỗ râm mát jãw zuhm maát *shade* n
chỗ rộng jãw zọm *space (room)*
chơi jer·ee *play (a game)* v
chợ jẹr *market*
chợ đen jẹr đan *black market*
chợ trời jẹr chèr·ee
    fleamarket· street market
chuẩn bị joỏ uhn bee *prepare*
chuỗi hạt đeo cổ jòô·ee hạat đay·oo gảư
    necklace
chuyên viên jwee·uhn vee·uhn
    specialist n
chuyến bay jwee·úhn bay *flight*
chuyến đi jwee·uhn đee *journey·trip*
chuyến đi vất vả jwee úhn đee vúht vải
    trek n&v
chuyến đi xe jwee·úhn đee sa *ride* n

chuyển chở jweè·uhn jèr transport (vehicle)

chuyền jweè·uhn connection (bus)

chúc mừng júp mùhrng congratulations

chúng ta júm daa we (including speaker)

chúng tôi júm doy we (excluding speaker)

chùa joo·ùh pagoda

chủ nghĩa cộng sản joô ngyeẽ·uh gawm saản communism

chủ nghĩa tư bản joô ngyeẽ·uh·duhr baản capitalism

chủ tịch joô dik president

chủng tộc júm dawp race (breed)

chụp diện vú júp dee·uhn voó mammogram

chụp hình júp hing take a photo

chưa juhr·uh (not) yet

chương trình chuhr·erng ching program n

chứng chỉ júhrng jeẻ certificate · qualifications

chứng đau nửa đầu júhrng đoh nủhr·uh đòh magraine

chứng ho júhrng ho cough v

chứng minh júhrng ming validate

chữ ký júhr geé signature

con bài gon bai playing cards

con bò gon bò cow

con búp bê gon búp be doll

con bướm gon buhr·érm butterfly

con chí gon jeé lice

con chó gon jó dog

con chuột gon joo·uht mouse·rat

con cò gon gò stork

con cừu gon gùhr·oò sheep

con dao gon zow knife

con dao bỏ túi gon zow bỏ doo·ee pocketknife

con đường gon đuhr·erng route

con gà tây gon gaà day turkey

con gái gon gai daughter·girl

con gián gon zaán cockroach

con heo gon hay·oo pig

con hổ gon hảw tiger

con khỉ gon keẻ monkey

con kiến gon gee·uhn ant

con mắt gon múht eye

con mèo gon may·oò cat

con muỗi gon moõ·ee mosquito

con ngựa gon nguhr·uh horse

con nhện gon nyen spider

con ong gon om bee

con ốc sên gon áwp sen snail

con rắn gon zúhn snake

con rắn mang bành gon zúhn maang baang cobra

con rệp gon zep bug

con ruồi gon zoo·eè fly (insect) n

con sấu gon sóh crocodile

con sông gon sawm river

con thằng lằng gon tùhng lùhng lizard

con thỏ gon tỏ rabbit

con trai gon chai boy · son

con trăn gon chuhn python

con trâu gon choh buffalo

con vịt gon vit duck

con voi gon voy elephant

có gó have

có giá trị gó zaa chee valuable

có ích gó ik useful

có khi gó kee sometimes

có lẽ gó lã maybe

có lò sổi gó lo sỏy heated

có phòng gó fóm vacancy

có tình cảm gó ding gaảm sensual

có tội gó doy guilty

có thai gó tai pregnant

có thể gó tẻ be able·can

có thể có gó tẻ gó possible

có thể tái chế gó tẻ dai jẻ recyclable

có thiếu sót gó tee·oo sót faulty

có sương mù gó suhr·erng moò foggy

cỏ gỏ grass·herb

cọc lều gọp lay·oò tent peg

cô kê go ge cocaine

công đoàn gawm đwaàn trade union

công lý gawm leé justice

công nghiệp gawm ngyee·uhp industry

công nhân gawm nyuhn employee · labourer

công nhân xí nghiệp gawm nyuhn seé ngyee·uhp factory worker

công trình điêu khắc gawm ching đee·oo kúhk sculpture

công trường ğawm chuhr·erng roadworks

công ty ğawm dee *company (business)*

công việc ğawm vee·uhk *work* n

công việc tính giờ ğawm vee·uhk ding zèr *casual work*

công viên ğawm vee·uhn *park* n

công viên công cộng ğawm vee·uhn ğawm ğawm *public gardens*

công viên quốc gia ğawm vee·uhn ğwáwk zaa *national park*

công xưởng ğawm súhr·erng *workshop*

cốc ğáwp *glass (drinking)*

cố gắng ğó gúhng *try (attempt)* v

cổ ğàw *ancient · historical*

cổ chân ğàw juhn *ankle*

cổng ğáwm *gate (airpor, etc)*

cổ tay ğàw day *wrist*

cộng sản ğawm saán *communist* n

cơ hội bình đẳng ğer hoy bìng đúhng *equal opportunity*

cơm ğerm *rice (cooked)*

cơn bão ğerm bõw *typhoon*

cơn mưa to có sấm sét ğerm muhr·uh do ğó súhm sát *thunderstorm*

cơn sốt ğerm sáwt *fever*

cờ tướng ğèr duhr·erng *chess*

cỡi ğẽr·ee *ride (horse)* v

cung điện ğum đee·uhn *palace*

cuộc biểu diễn ğoo·uhk beẻ·oo zeẽ·uhn *performance*

cuốc chim ğoo·úhk jim *pickaxe*

cuộc đi chơi ban đêm ğoo·uhk đee jer·ee baan đem *night out*

cuộc đi du lịch ğoo·uhk đee zoo lik *tour* n

cuộc đua ğoo·uhk đoo·uh *race (sport)*

cuộc giải phẫu ğoo·uhk zaí fõh *operation (medical)*

cuộc hành trình ğoo·uhk haàng chìng *journey*

cuộc họp ğoo·uhk họp *small conference*

cuộc phỏng vấn ğoo·uhk fỏm vúhn *interview*

cuộc sống ğoo·uhk sáwm *life*

cuộc thi ğoo·uhk tee *game (sport)*

cuộc thi đá gà ğoo·uhk tee đaá gaà *cockfighting*

cuộc thi đấu ğoo·uhk tee đóh *sports match*

cuộc triển lãm ğoo·uhk cheẻ·uhn laãm *exhibition · show* n

cuộc tuyển cử ğoo·uhk dweé·uhn ğủhr *election*

cuối cùng ğoo·eé ğum *last (final)*

cuối tuần ğoo·eé đwùhn *weekend*

cuốn giới thiệu đồ ğoo·úhn zer·eé tee·oo đaw *brochure*

cuống họng ğoo·úhng họm *throat*

cuốn sách chỉ dẫn câu nói ğoo·úhn saák jee zũhn goh nóy *phrasebook*

cuộn phim ğoo·uhn feem *film (for camera)*

cùng nhau ğùm nyoh *together*

của bà ấy ğoỏ·uh baà áy *her (possessive)*

của bạn ğoỏ·uh baạn *your*

của chúng tôi ğoỏ·uh júm doy *our*

của họ ğoỏ·uh họ *their*

của ông ấy ğoỏ·uh awm áy *his*

của tôi ğoỏ·uh doy *my*

của Việt Nam ğoỏ·uh vee·uht naam *Vietnamese* a

củi đốt lò ğoo·eé đáwt lò *firewood*

cũng ğũm *also*

cũng như thế ğũm nyuhr te *too (also)*

cưới ğuhr·eé *marry*

cười ğuhr·eè *laugh* v

cưỡi ngựa ğũhr·ee nguhr·uh *horse riding*

cứng ğúhrng *hard (not soft)*

cửa ğủhr·uh *door*

cửa hàng ğủhr·uh haàng *shop* n

cửa hàng bách hóa ğủhr·uh haàng baák hwaá *department store*

cửa hàng văn phòng phẩm ğủhr·uh haàng vuhn fòm fủhm *stationer*

cửa lên máy bay ğủhr·uh len máy bay *departure gate*

cửa sổ ğủhr·uh sảw *window*

cửa vào ğủhr·uh vòw *entry*

cựu lính ğủhr·oo lìng *war veteran*

D

da zaa *skin*

da đầu zaa đòh *scalp*

danh thiếp zaang tee·úhp *business cards*

dao cạo zow ǧọw *razor*
dao nhíp zow nyíp *penknife*
dài zai *long*
dày zày *thick*
dãy núi zãy noo-eé *mountain range*
dân chúng zuhn-jùm *people*
dây zây *string* n
dây điện nối zay đee-uhn naw-eé *jumper leads*
dây giấy zay zày *shoe lace*
dây kéo zay ǧay-oó *zip·zipper*
dây kéo quạt zay ǧay-oó ǧwaat *fanbelt*
dây kim loại zay ǧìm lwại *wire*
dây nịt an toàn vào chỗ ngồi zay nịt aan
    dwaàn vòw jãw ngòy *seatbelt*
dầu zòh *oil (petrol)*
dầu gội đầu zòh ǧọy đòh *shampoo*
dầu nấu ăn zòh nóh uhn *oil (cooking)*
dầu xe zòh sa *lubricant*
dễ zẽ *easy*
dễ vỡ zẽ vèr *fragile*
diêm quẹt zee-uhm ǧwạt
    matches (for lighting)
điếu xì gà zee-oó seè ǧaa *cigar*
di tích cổ zee dík ǧảw *relic*
di tích lịch sử zee dík lịk sửhr *monument*
dì zeè *aunt*
dịch vụ buôn bán đất zịk voọ boo-uhn
    baán đùht *real estate agent*
dịch vụ đổi tiền zịk voọ đỏy dee-uhn
    currency exchange
dịch vụ internet zịk voọ in-ter-net
    Internet café
dịch vụ mua bán zịk voọ muhr-uh baán
    estate agency
dịch vụ thuê xem zịk voọ twe sam
    car hire
dị ứng zeẹ ủhng *allergy*
dị ứng da zeẹ ủhng zaa *skin rash*
dòng zòm *current (electricity)*
dòng suối zòm soo-eé *stream*
dốc zàwp *steep·uphill*
dơ der *dirty*
du lịch saák zoo lík *travel* a
du lịch hợp với môi trường zoo lík hẹrp
    ver-eé mọy chuhr-èrng *ecotourism*
duy nhất zwee nyúht *only*
dũng cảm zùm ǧaảm *brave*

dụng cụ zụm ǧoọ *equipment*
dụng cụ mở đồ hộp
    zụm ǧoọ mẻr đaw hawp *can opener*
dương vật zuhr-erng vụht *penis*
đường xe đạp đuhr-èrng sa đaap
    bike path
dưỡng khí zùhr-erng keé *oxygen*
dược sĩ zuhr ẹrk seẽ *pharmacist*
dừng lại zùhrng lại *stop (cease)* v

Đ

đau đoh *hurt* v ·*pain* ·*sore*
đau bụng lúc hành kinh
    đoh bụm lúp haàng ǧing *period pain*
đau ốm đoh ảwm *ill·sick*
đau răng đoh zuhng *toothache*
đá đaá *kick* v ·*rock* ·*stone*
đáng giá đaáng zaá *worth* n
đánh bài đaáng baì *play cards* v
đánh cá đaáng ǧaa *bet*·*fishing*
đánh máy đaáng máy *type* n
đánh nhau đaáng nyoh *fight* n
đánh thức dậy đaáng tuhrk zay
    wake (someone) up
đáy đáy *bottom (position)*
đàn ông đaàn awm *man*
đảng đaảng *party (politics)*
đại dương đại zuhr-erng *ocean*
đại hội đại họy *festival·rally* n
đại lộ đại law *avenue*
đại sứ đại súhr *ambassador·embassy*
đạo giáo của Lão Tử
    đọw zòw ǧoỏ-uh lỏw đúhr *Taoism*
đạo Tin Lành đọw din laàng
    Protestantism
đạp xe đaap sa *cycle* v
đăng bộ xe đuhng bạw sa *car registration*
đắng đúhng *bitter*
đắt tiền đuht dee-uhn *expensive*
đằng sau đùhng soh *behind*
đặc biệt đụhk bee-uht *special* a
đặt đụht *put*
đặt hàng đụht haàng *order* v
đặt món ăn đụht món uhn *order* n
đây day *here*
đất liền đúht lee-uhn *land* n
đất trồng trọt đúht chawm chọt *earth (soil)*

đầu đòh *head*

đầu gối đòh góy *knee*

đầu tiên đòh dee-uhn *first*

đầy dày *full*

đẩy dáy *push v*

đậm duhm *dark (of colour)*

đậu phụ đoh foo *tofu*

đậu xe đoh sa *park (a car) v*

đèn cầy dàn gày *candle*

đèn giao thông dàn zow tawm *traffic light*

đèn pin dàn pin *torch (flashlight)*

đẹp đạp *beautiful*

đẹp trai đạp chai *handsome*

Đêm Giáng Sinh đem zaáng sing
   Christmas Eve

đêm giao thừa đem zow tuhr-uh`
   New Year's Eve

đếm dém *count v*

đến đén *arrive · come · to*

đền đèn *temple*

để giải trí đẻ zaỉ chee *have fun*

đi dee *go*

đi bộ dee baw *walk v*

đi bộ đường dài
   dee baw đuhr-èrng zai *hike v*

đi chậm lại dee juhm lai *slow down*

đi chơi (với) dee jer-ee (ver-ee)
   go out (with)

đi chợ dee jer *go shopping*

đi du lịch dee zoo lik *travel v*

điên dee-uhn *crazy*

điếc dee-úhk *deaf*

điều hòa dee-oò hwaà *air conditioning*

điều lệ dee-oò lẹ *rule n*

điều ngạc nhiên dee-oò ngaạk nyee-uhn
   suprise n

điều tưởng tượng
   dee-oò dủhr-erng đuhr-erng *fiction*

điện lực dee-uhn lụhrk *electricity*

điện thoại dee-uhn twai *telephone n*

điện thoại công cộng dee-uhn twai
   ğawm ğawm *public telephone*

điện thoại di động dee-uhn twai zee
   đawm *cell/mobile phone*

điện thờ dee-uhn tèr *shrine*

đi giày pa tinh dee zày pa ding
   rollerblading

đi nhờ xe người khác
   dee nyèr sa nguhr-eè kaák *hitchhike*

đi qua dee ğwaa *pass v*

đi theo dee tay-oo *follow*

đi vào dee vòw *enter*

đính hôn ding hawn *engaged (to marry)*

đỉnh cao đíng ğòw *mountain peak*

địa chỉ đee-uh jeẻ *address n*

địa phương dee-uh fuhr-erng
   local a · regional

định giá ding zaá *value (price) n*

đoán dwaán *guess v*

đoàn xiếc dwaàn see-úhk *circus*

đó đó *there*

đói đóy *hungry*

đóng dawm *close v · closed · shut*

đóng băng đóm buhng *freeze*

đóng gói đóm góy *package*

đọc đọp *read*

đôi đoy *double*

đôi đũa doy đoo-uh *chopsticks*

đôi giày đoy zày *shoes*

đôi vớ đoy vér *socks*

đông đawm *crowded*

đối diện đóy zee-uhn *opposite*

đối lập với đóy luhp ver-eé *against*

đồ ăn biển đaw uhn beẻ-uhn *seafood*

đồ ăn nhẹ đaw uhn nyạ *snack n*

đồ ăn trẻ con đaw uhn chẻ ğon
   baby food

đồ cây tre đaw ğay cha *caneware*

đồ cổ đaw ğảw *antique n*

đồ cũ đaw ğoõ *secondhand*

đồ da đaw zaa *leather n*

đồ gỗ khắc đaw ğaw kuhk *woodcarving*

đồ gốm đaw ğáwm *ceramics*

đồ gốm thủ công đaw ğáwm toỏ ğawm
   pottery

đồi đòy *hill*

đồi bại đòy bai *corrupt*

đồ lặn nước đaw lụhn nuhr-érk
   diving equipment

đồng đàwm *dong (currency)*

đồng bằng đàwm buhng *river delta*

đồng dạng đàwm zaạng *similar*

đồng đá đàwm đaá *frozen*

đồng hồ đàwm hàw *clock*

g hồ báo thức dàwm hảw bów túhrk *arm clock*
g hồ đeo tay dàwm haw đay-oo day *atch* n
g hồ tốc độ dàwm hảw đóp đaw *eedometer*
g tình luyến ái
wm đing lwee-úhn aí *homosexual* n
g ý dàwm ee *agree*
ơn mài đàw sern maì *lacquerware*
lêu đaw tay-oo *embroidery*
rang sức đaw khaang súhrk *jewellery*
tiền đôy dee-ùhn *(ex)change money* v
tiền séc đôy dee-uhn sák
sh *(a cheque)* v
aw *degrees (temperature)*
đawp *poisonous*
ao đaw ǵow *altitude*
thân đawp tuhn *single (person)*
loy *team*
g đất đawm đuht *earthquake*
g kinh đawm ǧing *epilepsy*
g vật đawm vụht *animal*
lóng đaw nóm *temperature (fever)*
giản đern zaản *simple*
thuốc đern too-úhk *prescription*
xin đern sin *petition*
ler-ee *wait* v
l đoo-ee *tail*
ng đuhr-èrng *road*
g đùm *exactly-right(correct)*
g giờ đúm zèr *on time*
loó *enough*
duhr-uh *deliver*
ng duhr-èrng *sugar*
ng Ⓢ duhr-èrng *street*
ng chính duhr-èrng ǧing *main road*
ng dài duhr-èrng zaì
ong *distance*
ng đi duhr-èrng dee *track · trail · way*
ng máy bay duhr-èrng máy bay
isle *(on plane)*
ng mòn duhr-èrng mon
ootpath · path
ng mòn trên núi duhr-èrng mòn
hen noo-eé *mountain path*
ng xe lửa duhr-èrng sa lủhr-uh ·
ailroad

được duhr-erk *can (have permission)*
được không điều hòa nhiệt độ duhr-erk
kawm đee-oo hwaả nyee-ụht đaw
air-conditioned
được phép duhr-ẹrk fáp *allowed*
đứa trẻ duhr-uh chẻ *child*

E

em am *younger sister*
email ee-mayl *email*
em bé am bá *baby*
em trai am chai *younger brother*

G

gam gaam *gram*
gang tay gaang day *gloves*
ga xe lửa gaa sa lủhr-uh *train station*
gái điếm gaí đee-úhm *prostitute* n
gà gaà *chicken*
gặp guhp *meet*
gây đau đớn gay đoh đérn *painful*
gấp hai ǵuhp hai *twice*
gần ǵuhn *about · close a · near*
gần bên gủhn ben *nearby*
gần nhất gủhn nyúht *nearest*
gầy ốm gày ảwm *thin*
gãy gãy *break* v
gênh tị gen tee *jealous*
ghế ǵé *chair* n
ghế ngồi ăn em bé ge ngòy uhn am bá
highchair
ghế ngồi trẻ con ǵé ngoy chả ǧon
child seat
ghi gee *record* v
ghi âm gee uhm *recording*
ghi điểm thắng gee đeé-uhm túhng
score v
ghi ta gee daa *guitar*
ghi từng khoản gee dùhng kwaản
itemised
giá zaá *cost* n·*price* n
gia đình zaa đing *family*
giám đốc zaảm đáwp
director (company) · manager
giáo sư zów suhr *lecturer*
giáo viên zów vee-uhn *teacher*

giá vé zaá vá *admission (price)·fare*
giá vé vào của zaá vá vòw ğủhr·uh
  cover charge
già zaà *old*
giàu có zòw ğó *rich · wealthy*
giày zày *shoe*
giày đi bộ đường dài zày dee bạw
  duhr·èrng zai *hiking boots*
giày ống zày ảwm *boots*
giảm giá zaảm zaá *discount* n
giảm bông zuhm bawm *ham*
giặt zụht *wash (something)*
giây zay *second (time unit)* n
giây phơi quần áo zay fer·ee gwủhn ów
  clothesline
giấm zúhm *vinegar*
giấy zảy *paper*
giấy chứng minh zảy chúhrng ming
  identification card (ID)
giấy đăng bộ xe zảy duhng bạw sạ
  car owner's title
giấy khai sinh zảy kai sing *birth certificate*
giấy lên máy bay zảy len máy bay
  boarding pass
giấy mỏng zảy mỏm *tissues*
giấy phép zảy fáp *permit* n
giấy phép đi làm zảy fáp dee laàm
  work permit
giấy phép lái xe zảy fáp lai sạ *licence*
giấy vấn thuốc zảy vúhn too·úhk
  cigarette papers
giấy vệ sinh zảy vẹ sing *toilet paper*
giấy xuất cảnh zảy swúht ğaảng *visa*
giết zét *kill*
giết người zét ngưhr·eè *murder* v
gió zó *wind*
gió mùa zó moo·ùh *monsoon*
giọng nói zọm nóy *voice*
giống nhau zảwm nyòh *same*
giống zawm *grow (plant)*
giới tính zer·eé díng *sex*
giờ zèr *hour*
giờ ăn trưa zèr uhn chuhr·uh *lunchtime*
giờ giải lao zèr zaỉ low *intermission*
giờ khác nhau zèr kaák nyòh
  time difference
giờ mở zèr mẻr *opening hours*
giờ ngắn zèr ngủhn *part-time*

giun zun *worms*
giúp zúp *help* v
giúp đỡ zúp dẻr *help* n
giường đôi zuhr·èrng doy
  double bed·twin beds
giường ngủ trên tàu zuhr·èrng ngoỏ
  chen dòh *sleeping berth*
giữ trẻ zửhr chả *child-minding service*
giữ trước zửhr chuhr·érk
  book (make a booking) v
góc góp *corner*
gói góy *packet (general)*
gọi điện thoại gọy dee·ụhn twại
  telephone v
gôn gwan *goal (score)*
gối góy *pillow*
gỗ gảw *wood*
gởi gẻr·ee *send*
gương soi gủhr·erng soy *mirror*

hai hai *two*
hai tuần hai dwùhn *fortnight*
hang động haang dạwm *cave* n
hay hay *great (fantastic)*
hát haat *sing*
hài kịch hai ğịk *comedy*
hàm haàm *jaw*
hàng haàng *queue* n
hàng bán thịt haàng baán tịt
  butcher's shop
hàng đồ sắt haàng dàw súht
  hardware store
hàng không đánh thuế
  haàng kawm daáng twé *duty-free*
hàng năm haàng nuhm *annual*
hàng rào haàng zòw *fence*
hàng rượu haàng zee·ọo *liquor store*
hành haàng *onion*
hành chánh haang jaảng
  administration ·paperwork
hành khách haang kaák *passenger*
hành lý haàng leé *luggage*
hành lý bị bỏ lại haàng leé bẹe bỏ lại
  left luggage
hành tinh haàng ding *planet*
hành trình haang ching *itinerary*

cảng hai gaảng *harbour · port (sea)*
ngoại hai ngwai *overseas*
quan hai gwaan
ustoms (immigration)
n hiếp haảm hee úhp *rape* v
g haảng *factory*
g máy bay haảng máy bay *airline*
giá haa zaả *sale*
chế hành lý haan je haảng lee
aggage allowance
g nhất haạng nyuht *first class*
haạt *nut (seed)*
g ngày nùhng ngày
aily · every day
dẫn húhp zúhn *charming*
ngày đi chơi haạn ngày đee jer-ee
late (go out with) v
chỗ hét jãw *booked out*
phòng hét fom *no vacancy*
hống hành chánh
e tãwm haạng jaáng *bureaucracy*
n có hee úhm gó *rare (uncommon)*
heé-oo *understand*
tại hee-uhn dại *present (time)* n
thuốc hee-oo too.úhk *pharmacy*
t *breathe*
h dạng hìng zaạng *shape* n
lan hwaạ.laan *orchid*
g đạo hwaảng đọw *zodiac*
g hôn hwaảng hawn *sunset*
hảo hwaán hòw *perfect* a
lại hwaản lại *stay (in one place)*
hwuhk *or*
hwaả *locked*
đơn hwaả đern
ill (restaurant) · check (restaurant) n
đảo hòn đòw *island*
hỏy *ask (a question)*
they
sĩ hwaả seẽ *artist · painter*
hop *learn*
nay hawm nay *today*
qua hawm gwaa *yesterday*
hawn *kiss* v
ộ hỏy loạn *corruption*
ơi hàw ber-ee *swimming pool*
Giáo hòy zòw *Muslim* n
hiếu haw jee-oó *passport*

---

hội chứng chệch múi giờ
hoy jùhng jek moo-eé zèr *jet lag*
hội họa hoy hwaạ *painting (technique)*
hội nghị hoy ngyee *big conference*
hội viên hoy vee-uhn *member*
hộp cứu thương hawp gúhr-oó tuhr-erng
first-aid kit
hộp đêm hawp đem *nightclub*
hộp thiếc hawp tee-úhk *tin · can*
hộp thư hawp tuhr *mailbox*
hột tiêu hawt dee-oo *pepper (spice)*
hơi ga her-ee gaa *gas (for cooking)*
hơi nóng her-ee nom *heat* n
hơi nước her-ee nuhr-erk *steam* n
hớt tóc hért dóp *haircut*
hợp đồng herp đàwm *contract* n
hợp tác kinh doanh
herp daák ging zwaang *business trip*
hợp thời trang herp ter-eè chaang
trendy (person)
huyết áp hwee-úht aáp *blood pressure*
hút thuốc lá hút too-úhk laá
smoke (cigarettes) v
hủy bỏ hwee bỏ *cancel*
hư huhr *break down · off (spoilt)*
hướng huhr-érng *direction*
hướng bắc huhr-erng búhk *north*
hướng đông huhr-érng đawm *east*
hứa hẹn huhr-uh hạn *promise* v
hy vọng hee vọm *wish* v

I

ích kỷ ík gẻẻ *selfish*
ít ít *few*
ít hơn ít hern *less*

K

kem gam *cream · ice cream*
kem cạo râu gam gọw zoh
shaving cream
kem chống nắng gam jáwm núhng
sunblock
kem đánh răng gam đaáng zuhng
toothpaste
keo dán gay-oo zaán *glue*
kéo gay-oo *pull* v

két sắt ğạt suht *safe* n
kẻ cấp Ⓝ ğẻ ğúhp *thief*
kẻ khờ dại ğả ker zai *idiot*
kẻ nối dối ğẻ nọy zỏy *liar*
kẻ trộm Ⓢ ğẻ chạwm *thief*
kẹo ğạy-oo *candy · sweets*
kẹo cao su ğạy-oo ğow soo *chewing gum*
kẹo ngọt gạy-oo ngọk *lollies*
kẹt ğet *blocked*
kêu ğạy-oo *call* v
kêu ca ğạy-oo ğaa *complain*
kết thúc ğet túp *end* n
kết thực ğet tùhrk *finish* v
kệ ğẹ *shelf*
khác kaak *another · different · separate* a
khách du lịch kaák zoo lik *tourist*
khách hàng kaák haang *client*
khách sạn kaák sạan *hotel*
kháng sinh kaáng sing *antibiotics*
khát nước kaat nuhr-erk *thirsty*
khăn giải bàn kuhn zải baan *tablecloth*
khăn giường kuhn zuhr-erng *linen (sheets etc)*
khăn lau mặt kuhn loh mụht *face cloth · wash cloth*
khăn quàng kuhn ğwaàng *scarf*
khăn tay kuhn day *handkerchief*
khăn tắm kuhn dúhm *towel*
khẩn cấp kuhn ğúhp *urgent*
khẳng định kuhng đỉng *confirm (a booking)*
khiêu dâm kee-oo zuhm *sexy*
khiêu vũ kee-oo voõ *dancing*
khi nào kee nòw *when*
khí quyển kee ğwee-ủhn *atmosphere*
khoa học gia kwaa họp zaa *scientist*
khoa học xã hội kwa họp saã họy *social sciences*
khoa kiến trúc kwaa ğee-úhn chúp *architecture*
khỏe kwả *well (health)*
khó kó *difficult*
khóa kwaá *lock* v
khó chịu kó jee-oo *uncomfortable*
khói koy *exhaust (car)*
khô kaw *dried · dry* a
không kawm *neither · no · not*

không an toàn kawm aan dwaàn *unsafe*
không bao giờ kawm bow zèr *never*
không bình thường kawm bing tuhr-èrn *unusual*
không có kawm ğỏ *without*
không có cái nào kawm ğỏ ğại now *none*
không có chì kawm ğỏ jeè *unleaded*
không có gì hết kawm ğỏ zeè hét *nothing*
không khí kawm keé *air*
không thấm nước kawm tủhm nuhr-érk *waterproof*
không thể làm được kawm tẻ laàm đuhr-erk *impossible*
khối u kóy-oo *tumour*
khởi hành kẻr-ee *depart · leave*
khu vực dùng để cắm trại koo vụhrk zùm để ğủhm chại *camp site*
khuyên mãi kwee-uhn maĩ *complimentary (free)*
khủng khiếp kủm kee-úhp *awful · horrible*
khử trùng koỏ chúm *antiseptic* n
kiếm được ğee-úhm đuhr-erk *earn*
kiến trúc sư ğee-úhn chúp suhr *architect*
kiểm tra ğeé-uhm chaa *check* v
kiểu ğeé-oo *style*
kim chích ğim jík *needle (syringe)*
kim loại ğim lwại *metal* n
kim may ğim may *needle (sewing)*
kinh khủng ğing kủm *terrible*
kinh nghiệm ğing ngyee-uhm *experience*
kinh nguyệt ğing ngwee-uht *menstruation*
kích thước ğík tuhr-úhk *size (general)*
kí lô ğee law *kilogram*
kính áp tròng ğing aáp chọm *contact lenses*
kính bơi ğing ber-ee *goggles (swimming)*
kính chắn gió ğing júhn zỏ *windscreen*
kính râm ğing zuhm *sunglasses*
kinh Thánh ğing taáng *Bible*
kính thiên văn ğing tee-uhn vuhn *telescope*
kính trượt tuyết ğing chuhr-ẹrt dwee-úht *goggles (skiing)*
kịch ğịk *drama*
ký ğeé *kilo*

nghỉ ğeeẻ ngeeẻ *vacation*
niệm ğeè nee-uhm *souvenir*
sư ğeè suhr *engineer*
thuật ğeè twụht *technique*
thuật xây dựng ğeè twụht say zụhrng *engineering*

bàn laa baản *compass*
hét laa hát *shout*
u dọn loh zọn *cleaning*
cờ laả ğèr *flag*
gan laa gaan *liver*
xe laí sa *drive* v
phổi laả fỏy *lung*
aả *be*
m lààm *do ·make*
m bằng lààm bụhng *made*
m bằng tay lààm bụhng day *handmade*
m đầy lààm đày *fill*
m sạch lààm saạk *clean* v
m việc lààm vee-uhk *work* v
ng xã laan saã *village*
ng sóng laan sóm *wave* n
aả *iron (for clothes)* n
ng mạn laảng maạn *romantic* a
aa *strange*
lai *again*
nh laạng *cold* a
ng câm lụhng ğụhm *mute*
u dài loh zai *permanent*
đài loh đai *castle*
lấy *get ·take*
trộm lay chạwm *rob*
gia đình rồi luhp zaả đing zỏy *married*
lại luhp lai *repeat*
lan *wool*
lay-oo *climb* v
trèo lay-oo chay-oo *scale (climb)*
máy len máy *board (plane)*
tàu bay len đòh bay *board (ship)*
lay-oo *tent*
ban thánh thể lê baan taảng tế *communion*
cưới lế ğuhr-eẻ *wedding*
Chúa Giáng Sinh lế joo-ùh zaảng sing *Christmas*

lễ kỷ niệm lê ğeẻ nee-uhm *celebration*
lễ misa lê mee-saa *mass (Catholic)*
Lễ Phục Sinh lê fụp sing *Easter*
lễ rửa tội lê zủh-ưh đoy *baptism*
liên lạc giao thông lee-uhn laạk zow tawm *communications (profession)*
liên quan đến khảo cổ học lee-uhn ğwaan đén kỏw ğảw họp *archaeological*
lịch sử lịk sủhr *history*
loài thú vật sắp tuyệt chủng lwai tỏó vụht súhp dwee-ụht jủm *endangered species*
loại trừ lwaị chủhr *excluded*
lo lắng lo lúhng *worried*
lon lon *can ·tin* n
lò sưởi lò sủhr-ee *radiator*
lò xo lò so *spring (coil)*
lỏng lỏm *loose*
lọc lọp *filtered*
lối ra lóy zaa *exit* n
lốp xe lảwp sa *tire (tyre)*
lỗ chấm lãw jủhm *puncture*
lỗi lắm lõy lúhm *(someone's) fault*
lộ trình đi bộ đường dài lạw ching đee baạ đụhr-èrng zai *hiking route*
lớn lérn *big ·large*
lớn hơn lérn hern *biggest*
lớn nhất lérn nyủht *bigger*
lớp học lérp họp *class (school)*
lời cầu nguyện ler-eẻ ğòh ngwee-uhn *prayer*
lời kêu ca ler-eẻ ğay-oo gaa *complaint*
lời khuyên ler-eẻ kwee-uhn *advice*
lời nhắn tin ler-eẻ nyúhn đin *message*
lợi ích ler-eẻ ík *profit* n
luật luwht *law (legislation)*
luật pháp luwht faáp *law (profession)*
luật sư luwht suhr *lawyer*
luôn luôn loo-uhn loo-uhn *always*
lúa mạch loo-ùh maạk *oats*
lụa loo-ụh *silk*
lung luhrng *back (body)*
lười luhr-eẻ *lazy*
lưỡi dao cạo lủhr-ee zow ğọw *razor blade*
lửa lủh-ưh *fire*
ly Ⓢ lee *glass (drinking)*

ly dị *lee zee divorced*
lý do *lee zo reason*
lý lịch *leé lik résumé (CV)*

M

mang *maang carry*
mang theo *maang tay-oo bring*
ma túy *maa dwee drugs (illicit)*
may *may sew*
may mắn *may mühn lucky*
mát *maát cool*
máu *móh blood*
máy bay *máy bay aeroplane*
máy bơm *máy berm pump n*
máy chiếu *máy jee-oó projector*
máy chụp hình *mày júp hing camera*
máy điện điều hòa tim *máy đee-uhn dee-oò hwaa dim pacemaker*
máy fax *máy faák fax machine*
máy giặt *máy zuht washing machine*
máy in *máy in printer (computer)*
máy móc *may móp engine · machine*
máy mua vé *máy moo-uh vá ticket machine*
máy nướng bánh mì *máy nuhr-érng baáng meé toaster*
máy quay nhạc *máy gway nyaak stereo*
máy radiô *máy ra-dee aw radio*
máy rút tiền tự động *máy zút dee-ùhn đuhr đawm automated teller machine (ATM)*
máy sưởi *máy súhr-ee heater*
máy thâu băng *máy toh buhng video recorder*
máy tính *máy ding calculator*
máy tính tiền *máy ding dee-ùhn cash register*
máy trợ tai *máy chẹr dai hearing aid*
máy vi tính sách tay *máy vee ding saák day laptop*
màu cam *moh gaam orange (colour) a*
màu đen *moh đan black*
màu đỏ *moh đó red*
màu hồng *moh hàwm pink*
màu nâu *moh noh brown*
màu sắc *moh súhk colour n*
màu tím *moh dim purple*

màu trắng *moh chúhng white*
màu vàng *moh vaàng yellow*
màu xanh lá cây *moh saang laá gay green*
màu xám *moh saám grey*
máy vi tính *máy vee ding computer*
mãi mãi *maî mai forever*
mã số bưu chính *maã sáw buhr-oo jíng postcode*
mạng internet *maạng in-ter-net Internet*
mạng lưới *maạng luhr-eé net*
mạnh *maạng strong*
mắc cỡ *múhk gẻr shy*
mắt *muht eyes*
mặc *muhk wear (clothes)*
mặt *muht face n*
mặt trăng *muht chaang moon*
mặt trời *muht cher-ee sun*
mây *may cloud*
mây mù *may moò cloudy*
mất *muht lose (something)*
mập *muhp fat a*
mật ong *muht om honey*
mét *mat metre*
mẹ *me mother*
mẹ chồng *ma jàwm mother-in-law (husband's mother)*
mẹ vợ *ma ver mother-in-law (wife's mother)*
mê sảng *me saảng delirious*
mệt *met tired*
miếng *mee-uhng piece · slice n*
miếng thịt róc xương mỡ *mee-úhng tịt zóp suhr-erng mẽr fillet*
miền nam *mee-uhn naam south*
miền quê *mee-ùhn gwe country (rural)*
miền tây *mee-uhn day west*
miễn phí *meẽ-uhn feé free (gratis)*
mi li mét *mee lee mát millimetre*
mì phở *mee fẽr noodles*
mỉm cười *mỉm ğuhr-eè smile v*
modem *mo-đam modem*
món quà *món ğwaà present (gift) n*
món ăn rau sống chọn *món uhn zoh sáwn jon salad*
món ăn tráng miệng *món uhn chaang mee-uhng dessert*
mọi *moy any · every*

i người moy nguhr-ee *everyone*

i thứ moy tuhr *everything*

i moy *lips*

i trường moy chuhr-erng *environment*

n bóng ném mawn bong ném *handball*

n đánh banh bằng gậy mawn daáng baang buhng gay *cricket*

n đi xe đạp mawn dee sa daap *cycling*

ng mawm *bottom (body)*

n khúc côn cầu mawm kúp ğawm goh *hockey*

n lặn mawn luhn *diving*

n lướt ván bườm mawn luhr-ert vaán uhr-èrm *sailboarding*

n nhào lộn mawn nyow lẹm *gymnastics*

n thể thao chạy đua
n tẻ tow jay doo-uh *track (sport)*

n thể thao đi bộ đường dài mawn te w dee baw duhr-erng zai *hiking*

n thể thao leo núi
awn tẻ tow lay-oo noo-eé *mountaineering ·rock climbing*

trượt nước mawn chuhr-ert nuhr-erk *water-skiing*

trượt sóng biển
awn chuhr-ert sóm beé-uhn *surfing*

trượt ván mawn chuhr-ert vaán *skateboarding*

mỏy *each*

naw *grave*

chút mawt jut *little (not much)*

đôi mawt doy *pair (couple)*

lần mawt luhn *once*

mình mawt ming *alone*

(ngày) mawt (ngày) *per (day)*

phần tư mawt fuhn duhr *quarter*

tá mawt daá *dozen*

trăm mawt chuhm *hundred*

vài mawt val *several· some*

ner *dream* n

mer-ee *new · recently*

mer-eé *invite*

nêr *open* a&v

moo-uh *buy*

sắm moo-uh sühm *shop* v

mùa mưa moo-uh muhr-uh *rainy season*

muối moo-eé *salt*

muốn moo-úhn *want*

muỗng nhỏ moõ-uhng nyỏ *teaspoon*

múa ba lê moo-úh baa le *ballet*

mù moo *blind*

mùa moo-uh *season*

mùa đông moo-uh dawm *winter*

mùa hè moo-uh hà *summer*

mùa khô moo-uh kaw *dry season*

mùa màng moo-uh maàng *crop* n

mùa thu moo-uh too *autumn (fall)*

mùa xuân moo-uh swuhn *spring (season)*

mùi moo-eé *smell* n

mũ an toàn moõ aan dwaàn *helmet*

mũi moõ-ee *nose*

mũ tử cung moõ dúhr gum *diaphragm (medical)*

mưa muhr-uh *rain* n

mưa phùng muhr-uh fùm *drizzle*

mười hai giờ trưa
muhr-eè hai sèr chuhr-uh *midday*

mượn muhr-ern *borrow*

mức lương múhrk luhr-erng *rate of pay*

mứt múhrt *jam*

mứt cam múhrt ğaam *marmalade*

N

nai nai *deer*

nạn đụng xe naan dụm sa
crash (vehicle) n

nạn lụt naan lụt *flood* n

nạn nhân sóng thần
naan nyuhn sóm tuhn *tsunami*

nạn phân biệt chủng tộc
naan fuhn beẹ-uht jủm dawp *racism*

nạn thành kiến giới tính
naan taàng gee-úhn zer-eé díng *sexism*

năm nuhm *year*

năng lượng hạt nhân nuhng luhr-erng
haạt nyuhn nuclear *energy*

nắng núhng *fine (weather)* a

nằm nùhm *lie (not stand)* v

nặng nụhng *heavy*

nấu ăn nóh uhn *cook* v

nếu nay-oó *if*

nền cộng hòa nèn ğawm hwaa *republic*

nền kinh tế nèn ging té *economy*

nệm nem *mattress*

ngay bây giờ ngay bay zèr *right now*

ngành khoa học ngaàng kwaa học
  science

ngày ngày *day*

Ngày Chúa Giáng Sinh
  ngày joo.ùh zaáng sing *Christmas Day*

ngày Chủ Nhật ngày joỏ nyuht *Sunday*

Ngày Đầu Năm (Tết)
  ngày đỏh nuhm (det) *New Year's Day*

ngày hôm kia ngày hawm gee·uh
  day before yesterday

ngày lễ ngày lễ *holiday*

ngày Lễ Phật Đản ngày lễ fuht đaản
  Buddha's Birthday

ngày mai ngày mai *tomorrow*

ngày mốt ngay mawt *day after tomorrow*

ngày sinh nhật ngày sing nyuht
  birthday · date of birth

ngày tháng ngay taáng *date (day)* n

ngăn cản nguhn gaản *stop (prevent)* v

ngân hàng nguhn haàng *bank*

ngân sách nguhn saak *budget*

nghe ngya *hear·listen*

nghèo ngyay·oò *poor*

nghề dạy học ngye zay họp *teaching*

nghề thủ công ngyẻ toỏ gawm
  crafts · handicraft

nghệ thuật ngye twuht *art*

nghệ thuật chụp hình
  ngye twuht jụp hìng *photography*

nghĩa địa ngyeẻ·uh đee·uh *cemetery*

nghiệp ngyee·ụhp *trade* n

nghỉ ngyeẻ *quit*

nghỉ ngơi ngyeẻ nger·ee *rest* v

nghĩ ngyeẻ *think*

nghĩa vụ quân sự ngyeẻ·uh voọ gwuhn
  sụhr *military service*

nghị trường ngye chuhr·èrng *parliament*

ngoại thành ngwại taàng *suburb*

ngon ngon *tasty*

ngón chân ngón juhn *toe*

ngón tay ngón day *finger*

ngọt ngọk *sweet* a

ngôi sao ngoy sow *star*

ngôn ngữ ngawn ngũhr *language*

ngồi ngòy *sit*

ngu cốc ngoo gãwp *cereal*

ngu dại ngoo zại *stupid*

nguyên bản ngwee·uhn baản *original* a

nguyên chất ngwee·uhn júht *pure*

nguyên liệu ngwee·uhn lee·oọ *ingredient*

nguyên ngày ngwee·uhn ngày *full-time*

nguy hiểm ngwee heẻ·uhm *dangerous*

ngủ ngoỏ *sleep* v

người nguhr·eè *person*

người Anh nguhr·eè aang
  English (people) n

người ái mộ nguhr·eè ai mạw *fan (sport)*

người ăn chay nguhr·eè uhn jay
  vegetarian n

người ăn xin nguhr·eè uhn xin *beggar*

người bán cá nguhr·eè baán gaá
  fishmonger

người bán ma túy
  nguhr·eè baán maa dwee *drug dealer*

người bán rau quả
  nguhr·eè baán zoh gwaả *greengrocer*

người bán thịt nguhr·eè baán tịt *butcher*

người chủ nguhr·eè joỏ *employer*

người chụp hình nguhr·eè jụp hìng
  photographer

người Do Thái nguhr·eè zo tái *Jewish*

người đạo Cơ-đốc
  nguhr·eè đow ğer đáwp *Christian* n

người đi bộ nguhr·eè đee baw
  pesestrian

người điều khiển
  nguhr·eè đee·oò keẻ·uhn *operator*

người đi xe đạp nguhr·eè đee sa đạap
  cyslist

người đo mắt nguhr·eè đo múht
  optometrist

người giữ trẻ nguhr·eè zũhr chẻ
  babysitter

người hâm mộ thể thao nguhr·eè huhm
  mạw tẻ tow *sportsperson*

người hầu bàn nguhr·eè hoh baàn *waiter*

người hướng dẫn nguhr·eè huhr·érng
  zũhn *guide (person)* n

người lao động chân tay nguhr·eè low
  đawm juhn day *mannual worker*

người làm chủ nguhr·eè laàm joỏ *owner*

người làm vườn nguhr·eè laàm vuhn
  gardener

người lãnh đạo nguhr·eè laãng dọw *leader*
người lạ mặt nguhr·eè laạ mụht *stranger* n
người lính nguhr·eè líng *soldier*
người lớn nguhr·eè lérn *adult* n
người nào đó nguhr·ee nòw dó *someone*
người nấu bếp nguhr·eè nóh bép *cook* n
người nối dõi nguhr·eè nóy zõy *descendent*
người quản lý nguhr·eè ğwaản leé *manager (hotel/restaurant)*
người soát vé nguhr·eè swaát vá *ticket collector*
người tật tất cả tay chân nguhr·eè dụht dúht ğaả day juhn *quadriplegic* n
người thắng cuộc nguhr·eè túhng ğoo·uhk *winner*
người thất nghiệp nguhr·eè túht ngyee·ụhp *unemployed*
người theo chủ nghĩa xã hội nguhr·eè tay·oo joỏ ngyeẽ·uh saã họy *socialist* a
người thợ nguhr·eè tẹr *tradesperson*
người tin vào thuyết vô chính phủ nguhr·eè din vòw twee·úht vaw jíng foỏ *anarchist* n
người tị nạn nguhr·eè deẹ naạn *refugee*
người Việt nguhr·eè vee·ụht *Vietnamese (people)* n
người yêu nguhr·eè ee·oo *lover*
người ủng hộ nguhr·eè ủm hạw *supporter (politics/sport)*
ngực ngụhrk *chest (body)*
nhang muỗi nyaang moõ·ee *mosquito coil*
nhanh nyaang *fast·quick*
nha sĩ nyaa seẽ *dentist*
nhà nyaà *home*
nhà báo nyaà bów *journalist*
nhà bếp nyaà bép *kitchen*
nhà chính trị nyaà jíng cheẹ *politician*
nhà để xe nyaà dẻ sa *garage*
nhà ga nyaà gaa *train station*
nhà hàng nyaà haàng *restaurant*
nhà hoạt động nyaà hwaạt dạwm *activist*
nhà kinh doanh nyaà ğing zwaang *businessperson*
nhà nghiên cứu dược thảo nyaà ngyee·uhn ğuhr·oó zuhr·ẹrk tōw *herbalist*
nhà nghỉ nyaà ngyeẻ *boarding house · guesthouse*
nhà nghỉ thanh niên nyaà ngyeẻ taang nee·uhn *youth hostel*
nhà sư nyaà suhr *monk*
nhà thờ nyaà tèr *church*
nhà thờ lớn nyaà tèr lérn *cathedral*
nhà trẻ nyaà chả *crèche*
nhà tù nyaà doò *jail* n
nhà vệ sinh nyaà vẹ sing *toilet*
nhà vệ sinh công cộng nyaà vẹ sing ğawm ğạwm *public toilet*
nhảy nyảy *dance v · jump v*
nhạc kịch opera nyaạk gịk o·pa·raa *opera*
nhạc rock nyaạk rok *rock (music)*
nhạc sĩ nyaạk seẽ *musician*
nhạy cảm nyạy ğaảm *sensible*
nhân cách nyuhn ğaák *personality*
nhân lực nyuhn lụhrk *human resources*
nhân quyền nyuhn ğwee·uhn *human rights*
nhân tạo nyuhn dọw *synthetic*
nhân văn học nyuhn vuhn họp *humanities*
nhân viên giảng huấn nyuhn vee·uhn zaảng hwúhn *instructor*
nhân viên văn phòng nyuhn vee·uhn vuhn fòm *office worker*
nhân viên xoa bóp nyuhn vee·uhn swaa bóp *masseur·masseuse*
nhẫn nyũhn *ring (jewellery)* n
nhẫn nại nyũhn nại *patient* a
nhận nyụhn *accept · receive*
nhẹ nyạ *light (not heavy)* a
nhiều nyee·oò *a lot. many*
nhiều hơn nyee·oò hern *more*
nhiệt độ nyee·ụht dạw *temperature (weather)*
nhiệt lò sỏi nyee·ụht lò sỏy *heating*
nhìn nyìn *look*
nhìn thấy nyìn táy *see*
nhịp nyịp *rhythm*
nhóm máu nyóm móh *blood group*

nhóm nhạc rốc nyóm nyaak ráwk
  rock group
nhỏ nyỏ little · small
nhỏ hơn nyỏ hern smaller
nhỏ nhất nyỏ nyúht smallest
nhớ nyér remember
nhớ nhung nyér nyum
  miss (feel absence of)
nhờ nyer ask (for something)
nhưng mà nyuhrng maà but
nhức đầu nyúhrk dòh headache
những ngày lễ nyũhrng ngày lẽ holidays
nhựa nyuhr·uh plastic a
nói nóy say · speak · talk · tell
nói đùa nóy doo·uh joke a
nói láo nóy lów lie (speak untruly) v
nóng nóm hot
nông dân nawm zuhn farmer
nông nghiệp nawm ngyee·uhp
  agriculture
nông trại nawm chai farm
nổi tiếng nỏy dee·úhng famous
nơi đến ner·ee đen destination
nơi gặp gỡ ner·ee guhp gẽr venue
nơi ngắm cảnh ner·ee nguhm gảảng
  lookout
nơi sinh ner·ee sing place of birth
nợ ner owe
núi noo·eé mountain
núm vú giả num voo zaả
  dummy · pacifier
nút bít lỗ tai nút bít lãw đai earplugs
nút bông vệ sinh nút buhng vẹ sing
  tampon
nút chặn nước nút juhn nuhr·érk
  plug (bath) n
nụ hôn noo hawn kiss n
nước nuhr·érk water
nước Anh nuhr·érk aang England
nước Ấn Độ nuhr·érk uhn đaw India
nước cam nuhr·érk gaam orange juice
nước chanh ga nuhr·érk jaang gaa
  lemonade
nước Do Thái nuhr·érk zo tai Israel
nước đá nuhr·érk đaa ice
nước ép nuhr·érk áp juice
nước hoa nuhr·érk hwaa perfume

nước hoa cho đàn ông
  nuhr·érk hwaa jo đaàn awm aftershave
nước Kampuchia
  nuhr·érk gaam poo·jee·uh Cambodia
nước Lào nuhr·érk lòw Laos
nước máy nuhr·érk máy tap water
nước mắt nuhr·érk múht tear n
nước Miến Điện
  nuhr·érk mee·úhn đee·uhn Burma
nước Mỹ nuhr·érk meẽ USA
nước ngoài nuhr·érk ngwaì foreign
nước ngoài sắp nuhr·érk ngwaì súhp
  abroad
nước ngọt nuhr·érk ngok soft drink
nước Nhật nuhr·érk nyuht Japan
nước nóng nuhr·érk nóm hot water
nước Sin-ga-pore nuhr·érk sin·gaa·paw
  Singapore
nước suối thiên nhiên nuhr·érk soo·eé
  tee·uhn nyee·uhn mineral water
nước Thái Lan nuhr·érk tai·laan
  Thailand
nước Trung Quốc
  nuhr·érk chum gwáwk China
nước Úc nuhr·érk úp Australia
nước Việt Nam nuhr·érk vee·uht naam
  Vietnam
nước xốt nuhr·érk sáwt sauce
nửa nửhr·uh half n
nửa đêm nửhr·uh đem midnight
nữ nữhr female a
nữ hoàng nữhr hwaàng queen
nữ tu sĩ nữhr doo seẽ nun
nữ tu viện nữhr doo vee·uhn convent

Ô

ôi oy stale (bread)
ôm chặt awm juht hug v
ông ấy awm áy he · him
ông chủ nhà awm jỏ nyaà landlord
ông ngoại awm ngwai
  maternal grandfather
ông nội awm nọy paternal grandfather
ống nhòm awm nyòm binoculars
ống thử thai awm tửhr tai
  pregnancy test kit
ống tiêm awm dee·uhm syringe

ồn ào *awn ow* noisy
ổ bánh mì *aw baang mee* roll (bread)
ổ cắm điện *aw guhm dee-uhn* adaptor
ổ khóa *aw kwaá* lock n
ổ khóa xe đạp *aw kwaá sa đaạp* bike lock

ở *ér* live (somewhere)·stay (at a place)
ở đằng sau *ér đùhng soh* back (position)
ở đâu *ér đoh* where
ở giữa *ér zữhr-uh* between
ở trên *ér chen* above · over · up
ở trước *ér chuhr-érk* in front of

P

pao Anh *pow aang* pound (weight)
pê đê *pe de* gay (homosexual)
phá hủy *faá hweẻ* destroy
pháp luật *faáp lwụht* legislation
phản động *faản đawng*
  antigovernment (activity)
phản kháng *faản kaáng* protest v
phân *fuhn* centimetre
phấn *fúhn* powder
phấn hoa *fúhn hwaa* pollen
phấn trẻ em *fúhn chẻ am* baby powder
phần lớn *fùhn lérn* majority
phần trăm *fùhn chuhm* per cent
Phật tử *fụht dửhr* Buddhist n
phép chữa vi lượng đồng căn
  fáp jủhr-uh vee luhr-ẹrng đàwm guhn
  homeopathy
phiên dịch *fee-uhn zịk* translate
phiếu thưởng hiện vật
  fee-oó tủhr-erng hee-ụhn vụht coupon
phim *teem* film (cinema)
phim đen trắng *feem đan chúhng*
  B&W (film)
phim rọi *feem zọy* slide film
phim tài liệu *feem dai lee-oọ*
  documentary
phía dưới *fee-úh zuhr-eé* below
phía trái *fee-úh chaí* left (direction)
phía trước *fee-úh chuhr-érk* towards
phí dịch vụ *feé zịk vọo* service charge
pho mát *fo maát* cheese

phong tục *fom dụp* custom
phó phẩm làm từ sữa *fó fủhm laàm dùhr*
  sữhr.uh dairy products
phó thác *fo taák* recommend
phòng *fòm* room
phòng bán vé *fòm baán vá* ticket office
phòng điện thoại *fòm đee-ụhn twại*
  phone box
phòng đôi *fòm đoy* double room
phòng đồ đạc bị thất lạc *fòm đàw đaạk*
  bee lụht laạk lost-property office
phòng đơn *fòm đern* single room
phòng đợi *fòm đer-eẹ* waiting room
phòng đợi máy bay *fòm đer-eẹ máy bay*
  transit lounge
phòng giặt *fòm zụht* laundry (place)
phòng giữ đồ *fòm zửhr đaw*
  left-luggage office
phòng giữ mũ áo *fòm zửhr moõ ów*
  cloakroom
phòng ngủ *fòm ngoỏ* bedroom
phòng nhạc disco *fòm nyaạk dis-ko* disco
phòng tắm *fòm duhm* bathroom
phòng tắm hơi *fòm dúhm her-ee* sauna
phòng tập thể dục *fòm dụhp tẻ zụp*
  gym (place)
phòng thay quần áo *fòm tay gwùhn ów*
  changing room (in shop)
phòng triển lãm *fòm cheẻ-uhn laãm*
  art gallery
phố Ⓝ *fáw* street
phổ thông *fảw tawm* popular
phúc lợi xã hội *fup ler-eẹ saã họy*
  social welfare
phút *fút* minute
phụ đề *foọ đè* subtitles
phụ nữ *foọ nũhr* woman
pin *pin* battery
píc níc *pik nik* picnic

Q

qua hạn hành lý *gwaa haạn haàng leé*
  excess baggage
qua mặt *gwaa mụht* overtake
quan hệ *gwaan hẹ* relationship
quan tâm *gwaan duhm*
  care (for someone)

quan tòa ğwaan twaà *judge* n

quan trọng ğwaan chọm *important*

quá ğwaá *too (expensive etc)*

quá khứ ğwaá kühr *past* n

quán ba ğwaán baa *bar · pub*

quán ba karaoke ğwaán baa ğaa·raa·o·ğe karaoke *bar*

quán bán thuốc lá ğwaán baan too·uhk laá *tobacconist*

quán càfê ğwaán ğaa·le *café*

quán cơm phở ğwaán ğẹrm fẻr *rice-and-noodle shop*

quán kem ğwaán ğam *ice-cream parlour*

quán rượu ğwaán zee·ọo *bottle shop*

quán xe đạp ğwaán sa đaạp *bike shop*

quà ğwaà *gift*

quả bóng ğwaả bóm *ball*

quả đất ğwaả đúht *Earth*

quả min ğwaả mịn *land mine*

quảng trường ğwaảng chuhr·èrng *square (town)*

quả trứng ğwaả chúhrng *egg*

quạt máy ğwaạt máy *fan (machine)*

quần đội ğwùhn đọy *military* n

quần ğwùhn *trousers*

quần áo ğwùhn ów *clothing*

quần áo bẩn ğwùhn ów bủhn *laundry (clothes)* n

quần đùi ğwùhn đoo·eè *boxer shorts*

quần jean ğwùhn jeen *jeans*

quần lót ğwùhn lót *underwear*

quần ngắn ğwùhn ngúhn *shorts*

quầy ğwày *counter (at bar)*

quầy ghi danh ğwày gee zaang *check-in (desk)*

quầy rượu ğwày zee·ọo *bar*

quen ğwan *know (someone)*

queo Ⓢ ğway·oo *turn* v

quên ğwen *forget*

quốc gia ğwáwk zaa *country (nation)*

quốc tế ğwáwk dé *international*

quốc tịch ğwáwk dịk *nationality*

quyết định ğwee·úht địng *decide*

quyết toán ğwee·úht dwaán *balance (acount)*

quyền Anh ğwee·ùhn aang *boxing*

quyền công dân ğwee·ùhn ğawm zuhn *citizenship*

quyền tự do cá nhân ğwee·ùhn dụhr zo ğaá nyuhn *civil rights*

quyển lịch ğwee·ủhn lịk *calendar*

quyển sách ğwee·ủhn saák *book* n

R

rau củ zoh ğoỏ *vegetable*

rác zaák *garbage · rubbish*

rác hạt nhân zaák haạt nyuhn *nuclear waste*

rảnh zaảng *free (available)*

rạp zaạp *cimema*

rạp hát zaạp haát *theatre*

rạp opera zaạp o·pa·raa *opera house*

răng zụhng *teeth · tooth*

rất zúht *very*

reo zay·oo *ring (phone)* v

rẻ zả *cheap*

rẽ Ⓝ zã *turn* v

rồi zòy *already*

rộng lớn zạwm lérn *wide*

ruộng zoo·ụhng *rice field*

ruột dư zoo·ụht zuhr *appendix (body)*

ruột xe zoo·ụht sa *tube (tyre)*

rượu zee·ọo *alcohol · alcoholic drink*

rượu cơm zee·ọo ğẹrm *rice wine*

rượu nho zee·ọo nyo *wine*

rượu rắn zee·ọo zúhn *snake wine*

rượu táo zee·ọo dów *cider*

rượu vang có ga zee·ọo vuhng ğó gaa *sparkling wine*

rừng zùhrng *forest · jungle*

rừng cây đước zùhrng ğay đuhr·érk *mangrove forest*

S

sai sai *wrong*

sai lầm sai lùhm *mistake*

sa mạc saa maạk *desert*

(bốn) sao (báwn) sow *(four-)star*

sau soh *after · later · rear (seat etc)*

say sóng say sóm *seasick*

sách hướng dẫn saák huhr·érng zũhn *guidebook*

sách kinh saák ğing *prayer book*

sáng saáng *light (of colour)* a

n nhà saản nyaà *floor*
n tàu saan dòw *deck (of ship)*
n xuất saản swúht *produce* v
y do tã lót sảy zo daả lót *nappy rash*
ch sẽ saạk sã *clean* a
n suhn *hunting*
o súhp *almost (time)*
o tối súhp der-eé *soon*
n sàng súhn saàng *ready*
n suhn *court (sport)*
n bay suhn bay *airport*
n đua ngựa suhn đoo-uh nguhr-ựh
racetrack
n ga suhn gaa *platform*
n gôn suhn gawn *golf course*
n ten-nít suhn de-nít *tennis court*
n vận động suhn vụhn đawm *stadium*
u soh *deep*
y sáy dry (clothes) v
c du lịch sảk zoo lik *travellers cheque*
OA see-đaa *AIDS*
u âm see-oo uhm *ultrasound*
u lực see-óo lụhrk *power*
u thị see-oo tẹ *supermarket*
h đôi sing đoy *twins*
h tố sing daw *vitamins*
h vật được bảo vệ sing vụht đuhr-ẹrk
ỏw vẹ *protected species*
h viên sing vee-uhn *student*
n tô môi son daw moy *lipstick*
ng bạc của khách sạn
òm bạak gỏo-uh kaák saạn *casino*
so *skull*
cô la saw gow laa *chocolate*
soy *boiled*
sáw *number-size (clothes)*
hộ chiếu sảw hạw jee-óo
passport number
ng sawm *live (life)-raw*
ng sót sáwm sót *survive*
phòng sáw fòm *room number*
xe sáw sa *license plate number*
điện thoại sáw đee-uhn twại
ne book
nhật ký sảw nyụht geé *diary*
aay sảw day *notebook*
ser *feel (touch)* v
h sérm *early* a

sợ hãi sẹr haĩ *afraid*
sợi chỉ mềm làm sạch kẽ răng ser-eẹ jeẻ
mềm laàm saạk gẽ zuhng *dental floss*
suốt đêm swúht đem *overnight*
súp súp *soup*
sùng đạo sùm đọw *religious*
sức khỏe súhrk kwẻ *health*
sức mạnh súhrk maạng *strength*
sửa chữa sửhr-uh jửhr-uh *repair*
sữa sửhr-uh *milk*
sữa chua sửhr-uh joo-uh *yogurt*
sự an toàn về tình dục
suhr aan dwaàn vè địng zụp *safe sex*
sự bảo hiểm sụhr bỏw heẻ-uhm
insurance
sự bất bình đẳng sụhr búht bing đủhng
inequality
sự biểu hiện sụhr beẻ-oo hee-ụhn
demonstration
sự bình đẳng sụhr bing đủhng *equality*
sự bong gân sụhr bom guhn *sprain* n
sự cách ly sụhr gaạk lee *quarantine*
sự chậm trễ sụhr juhm chễ *delay* n
sự chèo thuyền sụhr jay-oo twee-ùhn
rowing
sự chết không đau đớn
sụhr jét kawm đoh đẻrn *euthanasia*
sự chi trả sụhr jee chaả *payment*
sự cho phép sụhr jo fáp *permission*
sự chủng ngừa sụhr jủm nguhr-ùh
vaccination
sự dùng thuốc quá liều sụhr zùm too-úhk
ğwaa lee-òo *overdose* n
sự đổ nát sụhr đảw naát *ruins*
sự giao thông sụhr zow tawm *traffic*
sự giáo dục sụhr zow zụp *education*
sự giới thiệu sụhr zer oó tee-ọo *reference*
sự giữ chỗ trước sụhr zử̃r jãw chuhr-érk
reservation (booking)
sự hãm hiếp sụhr hãm hee-úhp *rape* n
sự hiếu khách sụhr hee oó kaák
hospitality
sự hoạt động sụhr hwaạt đạwm
operarion (action)
sự hứa hẹn sụhr huhr-úh hạn
engagement
sự kết hôn sụhr ğet hawn *marriage*
sự kết thúc sụhr ğet tụhrk *finish* n

sự khai thác suhr kai taák *exploitation*

sự khởi hành suhr kér-ee haàng *departure*

sự kính trọng suhr ğing chom *respect* n

sự kỳ thị suhr ğeê tee *discrimination*

sự làm hư hỏng suhr laam huhr hôm *pollution*

sự làm vườn suhr laàm vuhr-èm *gardening*

sự may mắn suhr may múhn *luck*

sự mạo hiểm suhr mow heê-uhm *risk* n

sự mê tín suhr me dín *supersition*

sự nấu nướng suhr nôh nuhr-erng *cooking*

sự ngẫu nhiên suhr ngôh nyee-uhn *chance*

sự nghèo khó suhr ngvay-oò kó *poverty*

sự nghiện ma túy suhr ngyee-uhn maa dweé *drug addiction*

sự nguy hiểm suhr ngwee heê-uhm *danger*

sự ngứa ngáy suhr nguhr-úh ngáy *itch* n

sự nhận dạng suhr nyuhn zaang *identification*

sự nhập cư suhr nyuhp ğuhr *immigration*

sự phá rừng suhr faá zùhrng *deforestation*

sự phá thai suhr faá tai *abortion*

sự phản đối suhr faản đoy *protest* n

sự phục vụ suhr fup voo *service*

sự quấy rầy suhr ğwáy zay *harassment*

sự rám nắng suhr zuhm núhng *sunburn*

sự sẩy thai suhr sẩy tai *miscarriage*

sự sợ hãi suhr ser hai *fear* n

sự suy ngẫm suhr swee ngũhm *meditation*

sự thất nghiệp suhr tuht ngyee-uhp *unemployment*

sự thật suhr tuht *truth*

sự thiếu thốn suhr tee-oó tawn *shortage*

sự tôn kính suhr dawn ğing *worship* v

sự tới nơi suhr der-eé ner-ee *arrivals (airport)*

sự trao đổi suhr chao dỏy *exchange* n

sự tuyên án suhr dwee-uhn aán *sentence (prison)*

sự xa hoa suhr saa hwaa *luxury*

sự xem lại suhr sam lai *review* n

sự xúc phạm suhr súp faam *offence*

sự xưng tội suhr suhrng doy *confession*

T

tai dai *ears*

tai nạn dai naan *accident*

tang lễ daang lễ *funeral*

tay lái day lai *handlebars*

tác giả daak zaả *writer*

tái dai *rare (food)*

tái chế dai jé *recycle*

tái lập rừng dai luhp zùhrng *reforestation*

tán tỉnh daan dỉng *chat up*

tài giỏi dai zỏy *brilliant*

tài khoản dai kwaản *account*

tài khoản nhà băng dai kwaản nyaà buhng *bank account*

tài tử dai dủhr *actor*

tàu thủy dòh tweé *ship*

tảng daảng *lump*

tã lót daã lót *nappy*

tạ daa *weights*

tại dai *at*

tại sao dai sow *why*

tạp chí daap jeé *magazine*

tắm rửa dúhm zủhr-uh *wash (oneself)*

tắm vòi sen dúhm vòy san *shower (bath)* n

Tân Tây Lan duhn day laan *New Zealand*

tấm hình duhm hing *photo*

tấm ra duhm zaa *sheet (bed)*

tất cả duht gaả *all*

tầng duhng *floor (storey)*

tầng lớp xã hội duhng lérp saả hoy *class system*

tầng ôzôn bao quanh trái đất duhng aw-zawn bow gwaang chai đuht *azone layer*

tem dam *stamp* n

ten-nít de-nít *tennis*

té đả *fall* v

tên đen *name*

tên họ đen ho *family name · surname*

tên thánh đen taáng *first name*

Tết Nguyên Đán đét ngwee-uhn đaáán *Lunar New Year*

máy taang máy **lift (elevator)**
niên taang nyee-uhn **youth** n
ứ taa tuhr **forgive**
ổi tay dổy **change** v
ước taák nuhr-érk **waterfall**
inh tai bing **peace**
ghén tai ngyán **morning sickness**
taang **month**
ba taang baa **March**
bảy taang bảy **July**
chín taang jín **September**
giêng taang zee-uhng **January**
hai taang hai **February**
mười taang muhr-eè **October**
mười hai taang muhr-eè hai
ember
mười một taang muhr-eè mawt
ember
năm taang nuhm **May**
sáu taang sóh **June**
tám taang daám **August**
tư taang duhr **April**
đường hồi giáo ·
g duhr-erng hỏy zów **mosque**
áp **tower**
taang **outer wall**
hố taang fáw **city**
thật taang tyht **serious**
chất độc tai zaa jùht đawp
waste
ảm **rug**
hm **visit** v
ủhng **win** v
ủhng **straight**
ể tuhn tè **body**
hp **low · short**
nh thủy tinh thể
ing tweè ding tè **lens**
hn **god**
i tày boy **fortune teller**
tay doo **priest**
ỹ viện tủhm meè vee-uhn
ty salon
ật tay-oo lwụht **legal**
n thoại tè đee-uhn twai ·
ecard
dụng tè din zum **credit card**
m **another (more)**

thêm visa mới tem vee-saa mer-eé
visa extension
thế giới tè zer-eé **world**
thế nào tè nòw **how**
Thế Vận Hội tè vụhn hoy
Olympic Games
thể dục thẩm mỹ tè zụp tủhm meẽ
aerobics
thể thao tè tow **sport**
thể thao điền kinh tè tow đee-uhn ğing
athletics
thi tee **test** n
Thiên Chúa Giáo La Mã
tee-uhn joo-ùh zòw laa maã **Catholic** n
thiêng liêng tee-uhng lee-uhng **saint**
thiên nhiên tee-uhn nyee-uhn **nature**
thiết bị đo độ sáng
tee-úht bee đo đaw saáng **light meter**
thiết kế tee-úht ğé **design** n
thích tik **like** v
thích hơn tik hern **prefer**
thích thú tik tóo **enjoy (oneself)**
thí dụ teé zoo **example**
thịt tit **meat**
thịt bít tết tit bít dét **steak (beef)**
thị trường tee chuhr-èrng
market (economy)
thị trưởng tee chuhr-erng **mayor**
thoải mái twaỉ mai **comfortable · relax**
thói nghiện tóy ngyee-uhn **addiction**
thông ngôn viên tawm ngon vee-uhn
interpreter
thông tấn xã tawm dúhn saã **newsagency**
thông tin tawm din **information**
thông thường tawm tuhr-èrng **ordinary**
thơ ter **mail (postal system) · poetry**
thời biểu ter-eè zum beẻ-oo
timetable
thời gian ter-eè zaan **time**
thời tiết ter-eè dee-úht **weather**
thời trang ter-eè chaang **fashion**
thợ hớt tóc ter hért dóp
barber · hairdresser
thợ may quần áo ter may ğwùhn ów
tailor
thợ máy ter máy **mechanic**
thợ móc ter móp **carpenter**
thợ nấu ăn ter nóh uhn **chef**
thợ xây nhà ter say nyaà **builder**

thuật bấm huyệt twuht bühm hwee-uht shiatsu

thuật đánh kiếm twuht đaảng gée-ủhm fencing (sport)

thuật rối nước twuht zóy nuhr-érk water puppet theatre

thuê twe hire v · rent v

thuế twé tax n

thuế hải quan twé hai gwaan airport tax

thuế thu nhập twé too nyụp income tax

thuế trị giá gia tăng twé cheẹ zaả zaa duhng sales tax

thu hành lý too haang leé baggage claim

thu ngân viên too nguhn vee-uhn cashier

thung lũng tum lũm valley

thuốc too-úhk drug (medicine)

thuốc bắc too-úhk búhk herbal medicine

thuốc bôi môi too-úhk boy moy lip balm

thuốc chống nắng too-úhk jóm núhng tanning lotion

thuốc giảm đau too-úhk zaảm đọh painkiller

thuốc ho too-úhk ho cough medicine n

thuốc lá too-úhk laá cigarette · tobacco

thuốc lậu ecstasy too-úhk lọh ek-staa-see ecstasy (drug)

thuốc ngủ too-úhk ngoỏ sleeping pills

thuốc ngừa thai too-úhk nguhr-ủh tai contraceptives · the pill

thuốc nhỏ mắt too-úhk nyẢw múht eye drops

thuốc nhuận trường too-úhk nyoo-ụhn chuhr-èrng laxative

thuốc nhức đầu too-úhk nyứhrk đòh aspirin

thuốc nổ napam too-úhk nẢw naa-paam napalm

thuốc sát cỏ too-úhk saat gỏ herbicide

thuốc tê mê too-úhk de me dope (drugs)

thuốc tổng hợp too-úhk đồwm hẹrp rehydration salts

thuốc xả tóc too-úhk saả đóp hair conditioner

thuyết yoga twee-úht yo gaa yoga

thuyền tee-ùhn boat

thuyền máy twee-ùhn máy motorboat

thú nhận too nyụhn admit

thú vật hoang dã too vụht hwaang zaả wild animal

thú vị too vee interesting

thùng tùm bucket

thùng rác tùm zaák garbage can

thủ thành toỏ taàng goalkeeper

thủ trưởng chính phủ toỏ chủhr-erng jíng foỏ prime mini..

thủy triều tweẻ chee-oò tide

thư tuhr letter (mail)

thư bảo đảm tuhr bỏw đaảm registered mail

thư đường biển tuhr đuhr-èrng bee-uhn surface mail (sea)

thư đường bộ tuhr đuhr-èrng bạw surface mail (land)

thư ký tuhr geé secretary

thương tích tuhr-erng dík injury

thường tuhr-èrng often

thư tốc hành tuhr đawp haảng express mail

thư từ tuhr đuhr mail (letters)

thư viện tuhr vee-ụhn library

thứ ba tuhr baa third · Tuesday

thứ bảy tuhr bảy Saturday

thức ăn tuhrk uhn food

thức uống túhrk oo-úhng drink n

thứ hai tuhr hai Monday

thứ năm tuhr nuhm Thursday

thứ nhì tuhr nyeè second a

thứ sáu tuhr sóh Friday

thứ tư tuhr đuhr Wednesday

thử tủhr try (test) v

thử bom hạt nhân tủhr bom haạt n.. nuclear testing

thử nghiệm ung thư tử cung tủhr ngyee-ụhm um tuhr đủhr g.. pap smear

thực đơn tụhrk dern menu

thực phẩm tụhrk fủhm food supplies · provisions

thực tế tụhrk dé realistic

thực vật tụhrk vụht plant n

tiêu biểu dee-oo beé-oo typical

tiếng Anh dee-úhng aang English (language) n

tiếng ồn ào dee-úhng àwn òw nois..

tiếng reo dee-úhng zay-oo ring (pho..

tiếng Việt dee-úhng vee-uht Vietnamese (language) n

tiếp dee-úhp next

tiền dee·ùhn *cash* n·*money*

tiền cắc dee·ùhn gúhk *coins*

tiền đặt cọc dee·ùhn đụht gọp *deposit* n

tiền đô la dee·ùhn đaw laa *dollar*

tiền euro dee·ùhn oo·ro *euro*

tiền hoa hồng dee·ùhn hwaa hòm *commission*

tiền hối lộ dee·ùhn hóy law *bribe* n

tiền lẻ dee·ùhn lả *change (coins)* n

tiền lương dee·ùhn luhr·ẽrng *salary·wage*

tiền phạt dee·ùhn faạt *fine (penalty)* n

tiền sảnh dee·ùhn saảng *foyer*

tiền séc dee·ùhn sák *check (banking)* n

tiền thưởng thêm dee·ùhn tuhr·ẽrng tem *tip (gratuity)* n

tiệc dee·ụhk *party (night out)* n

tiệm bán đĩa nhạc dee·ụhm baán đeẽ·uh nyaak *music shop*

tiệm bán đồ chơi dee·ụhm·baán đàw jer·ee *toy shop*

tiệm bán đồ thể thao dee·ụhm baán đàw tẻ tow *sports store*

tiệm bánh mì dee·ụhm baáng mee *bakery*

tiệm bánh ngọt dee·ụhm baáng ngọk *cake shop*

tiệm bán hoa dee·ụhm baán hwaa *florist (shop)*

tiệm bán máy chụp hình dee·ụhm baán máy jụp hìng *camera shop*

tiệm đồ cũ bán lại dee·ụhm đàw gọõ baán lại *secondhand shop*

tiệm đồ điện dee·ụhm đaw đee·ụhn *electrical store*

tiệm giày dee·ụhm zày *shoe shop*

tiệm giặt bằng máy dee·ụhm zụht bùhng máy *launderette*

tiệm quần áo dee·ụhm gwùhn ów *clothing store*

tiệm sách dee·ụhm saák *book shop*

tiệm tạp hóa dee·ụhm dụhp hwaá *convenience store·grocery (shop)*

tiệm thuốc tây dee·ụhm too·úhk day *pharmacy*

tiệm tờ báo dee·ụhm dèr bów *newsstand*

tin cậy din gạy *trust* v

tin học din họp *IT (information technology)*

tin tức din duhrk *news*

tí deé *tiny*

tìm kiếm dìm gee·úhm *look for*

tìm ra dìm zaa *find*

tình trạng bị táo bón dìng chaạng bẹ dow bón *constipation*

tình trạng hôn nhân dìng chaạng hawn nyuhn *marital status*

tình yêu dìng ee·oo *love* n

tĩnh mạch dĩng maạk *vein*

to do *huge*

toa có giường ngủ dwaa gó zuhr·èrng ngoỏ *sleeping car*

toa xe lửa phục vụ bữa ăn dwaa sa lủhr·uh fụp voọ bũhr·uh uhn *dining car*

tóc dóp *hair*

tòa án dwaà aán *court (legal)*

tòa lãnh sự dwaà laãng sụhr *consulate*

tòa nhà dwaà nyaà *building*

tôi doy *I·me*

tôn giáo dawn zów *religion*

tốc độ dáwp đạw *speed*

tốc độ giới hạn dáwp đạw zer·eé haạn *speed limit*

tốc độ phim dáwp đạw feem *film speed*

tốc hành dáwp haàng *express* a

tối dóy *dark* a

tối nay dóy nay *tonight*

tối tân dóy duhn *modern*

tốt dáwt *good*

tốt hơn dáwt hern *better*

tốt nhất dáwt nyúht *best*

tổ chức dảw júhrk *organise*

tới der·eé *arrive*

tới der·eé *next*

tờ báo dèr bów *newspaper*

tờ bạc giấy dèr baạk záy *banknote*

tờ dèr *sheet (of paper)*

trang điểm chaang deẻ·uhm *make-up*

trang sách chaang saák *page*

trái cây chai gay *fruit*

trái chanh chai jaang *lime (fruit)*

trái khô chai kaw *dried fruit*

trái ớt chai ért *chilli*

trái ớt ngọt chai ért ngọk *pepper (bell)*

trái thận chai tụhn *kidney*

trái tim chai dim *heart*

trà chaà *tea*

trả chaả *pay* v

trả lại chaả lai *return (come back)* v

trả lại tiền chaả lai dee-ùhn *refund* v

trạm kiểm soát chụhm geẻ-uhm swaát *checkpoint*

trạm xăng chaam suhng *petrol station*

trạm xe buýt chụhm sa bweét *bus stop*

trẻ chả *young*

trẻ em chả am *children*

trên chen *on*

trên tàu chen dòh *aboard (boat)*

trễ chẽ *late* a

triều vua chee-oò voo-uh *dynasty*

triệu chee-oọ *million*

trí óc chee óp *mind* n

trong chom *in*

trong nhà chom nyaà *indoor*

trong vòng chom vom *within (time)*

trò chơi chò jer-ee *game*

trò chơi điện toán chò jer-ee đee-uhn dwaan *computer game*

trọng lượng chọm luhr-erng *weight*

trọng tài chọm dai *referee*

trông nom chawm nom *look after*

trống chawm *vacant*

trống rỗng chãwm zãwm *empty* a

trồng chãwm *plant* v

trộn chạwn *mix* v

trời nắng cher-eè núhng *sunny*

trợ cấp thất nghiệp chẹr gụhp tụht ngyee-ụhp *dole (unemployment benefit)*

trung tâm chum duhm *centre*

trung tâm buôn bán chum duhm boo-uhn baan *shopping centre*

trung tâm thành phố chum duhm taàng fáw *city centre*

trưng bày chuhrng bày *show* v

trước chuhr-erk *last (previous)*

trước đây chuhr-erk đay *before*

trường cao đẳng chuhr-èrng gow đủhng *college*

trường đại học chuhr-èrng đại họp *university*

trường học chuhr-èrng họp *school*

trường trung học chuhr-èrng chum họp *high school*

trượt đá chuhr-ẹrt đaá *ice skate*

trượt sóng biển chuhr-ẹrt sóm beẻ-uhn surf v

trượt tuyết chuhr-ẹrt dwee-ụht *ski*

trước chuhr-érk *in advance*

trực tiếp churk dee-úhp *direct* a

tuần dwùhn *week*

tuần trăng mật dwùhn chuhng mụht *honeymoon*

tuổi doỏ-ee *age*

tu viện doo vee-ụhn *monastery*

tuyết dwee-úht *snow* n

tuyệt diệu dwee-ụht zee-oọ *wonderful*

túi doo-eé *pocket*

túi ngủ doo-eé ngoỏ *sleeping bag*

túi sách doo-eé saák *bag*

túi xách doo-eé saák *handbag*

túp lều trên núi dúp lay-oò chen noo-eé *mountain hut*

tù binh doò bing *prisoner*

tủ khóa đựng hành lý doỏ kwaá đụhrng haạng leé *luggage lockers*

tủ lạnh doỏ laạng *fridge · refrigerator*

tủ nhà bếp doỏ nyaà bép *cupboard*

tủ quần áo doỏ gwùhn ów *wardrobe*

tươi duhr-ee *fresh*

tương lai duhr-erng lai *future* n

tường duhr-èrng *inside wall*

tư riêng duhr zee-uhng *private*

tức giận dúhrk zuhn *angry*

từ duhr *from · word*

từ chối dúhr jóy *deny · refuse*

từ duhr *since (time)*

tử tế dúhr dé *kind · nice*

tử vi dúhr vae *horoscope*

tự do duhr zo *free (not bound)*

tự điển duhr dee-ủhn *dictionary*

tự làm chủ duhr laàm jỏô *self-employed*

tự phục vụ duhr fụp voọ *self-service*

ty cảnh sát dee gẳng saát *police station*

tỷ lệ hối đoái dẻẻ lẹ hóy đwaí *exchange rate*

U

uống oo-úng *drink* v

V

vai vai *shoulder*
vách đá vaák đaá *cliff*
vách tường thành vaák duhr-ừrng taàng
    city walls
ván lướt sóng vaán luhr-ért sóm
    surfboard
và vaà *and*
vàng vaàng *gold* n
vải vai *fabric*
vải lanh vai laang *linen (material)*
văn phòng vuhn fòm *office*
văn phòng đại lý du lịch
    vuhn fòm đại leé zoo lịk *travel agency*
văn phòng điện thoại
    vuhn fòm đee-ụhn twai *telephone centre*
văn phòng hướng dẫn khách du lịch
    vuhn fòm huhr-ứrng zũhn kaák zoo lịk
    tourist office
vâng vuhng *yes*
vật chỉ thị vụht jeẻ teẹ *indicator*
vé vá *ticket*
vé chờ chỗ trống vá jèr jãw cháwm
    stand-by ticket
vé khứ hồi vá kúhr hòy *return ticket*
vé một chiều vá mạwt jee-òò
    one-way ticket
vé thượng hạn vá tuhr-ẹrng hạan
    business class ticket
vết bầm vét bùhm *bruise*
vết bỏng vet bỏm *burn* n
vết bỏng giập vét bỏm zụhp *blister*
vết sưng vét suhrng *swelling*
vết viêm vét vee-uhm *inflammation*
về hưu vè huhr-oo *retired*
về phía trước vè fee-úh chuhr-érk *ahead*
viêm vee-uhm *infection*
viêm bọng đái vee-uhm bọm đái *cystitis*
viêm kết mạc vee-uhm ǧét maạk
    conjunctivitis
viên thuốc vee-uhn too-úhk *pill*
viết vee-úht *write*
việc làm vee-ụhk laàm *job*
việc nhà vee-ụhk nyaà *housework*
việc tiêm thuốc
    vee-ụhk đee-uhm too-úhk *injection*
viện bảo tàng vee-ụhn bỏw daàng
    museum

vi khuẩn vee kwúhn *virus*
vịnh vịng *bay*
vị trí veẹ cheé *location*
vòi nước vòy núhr érk *faucet· tap*
vòng tránh thai vòm chaáng tai *IUD*
võ thuật võ twụht *martial arts*
vô địch vaw zịk *championships*
vô gia cư vaw zaa guhr *homeless*
vô tội vaw dọy *innocent*
vô tuyến truyền hình vaw dwee-úhn
    chwee-ùhn hìng *television*
vội vàng voy vaàng *in a hurry*
với ver-eé *with*
vớ mặc váy vér mụhk váy *stockings*
vớ quần vér ǧwùhn *pantyhose*
vở kịch vèr ǧịk *play (theatre)* n
vợ vẹr *wife*
vợ đính hôn vẹr đíng hawn *fiancée*
vợt đánh banh vẹrt đaáng baang *racquet*
vua voo-uh *king*
vui đùa voo-ee đoo-ùh *fun* a
vui vẻ voo-ee vẻ *happy*
vú voó *breast (body)*
vùng quê vùm ǧwe *countryside*
vũ trụ voõ choọ *universe*
vụ giết người voọ zét nguhr-eè *murder* n
vụ lợi dụng voọ ler-eẹ zụm *rip-off*
vụ nổ bom voọ nảw bom *bombing*
vườn vuhr-èrn *garden*
vườn bách thảo vuhr-èrn baák tỏw
    botanic garden
vườn bách thú vuhr-èrn baák too *zoo*
vườn trẻ vuhr-èrn chẻ *kindergarten*

X

xa saa *far*
xa lộ saa lạw *highway*
xa lộ siêu tốc saa law see-oo dáwp
    motorway (tollway)
xanh da trời saang zaa cher-eè *blue*
xa xăm saa suhm *remote*
xà phòng saà fòm *soap*
xăng suhng *gas (petrol)*
xâu soh *rope*
xây dựng say zụhrng *build*
xấu sóh *bad*
xe sa *aboard (train)*
xe buýt sa bweét *bus*

xe cấp cứu sa ğuhp ğuhr.oó *ambulance*

xe chở hàng sa jẻr haàng *truck*

xe díp sa zeép *jeep*

xe đạp sa đaap *bicycle*

xe đạp leo núi sa đaap lay.oo noo.eé
    mountain bike

xe đẩy em bé sa đảy am bá *stroller*

xe đẩy tay sa đảy day *trolley*

xe hàng sa haàng *van*

xe hơi sa her.ee *car*

xe lăn sa luhn *wheelchair*

xe lửa sa lühr.uh *train*

xem sam *watch* v

xe máy sa máy *scooter*

xe mini sa mee.nee *minibus*

xe môtô sa maw.taw *motorcycle*

xe ôm sa awm *motorcycle-taxi*

xe taxi sa đuhk.see *taxi*

xe thùng sa tùm *caravan*

xe xích lô sa sik law *bicycle-rickshaw*
    cyclo (pedicab)

xét nghiệm mẫu máu
    sát ngee.uhm mòh mọh *blood test*

xinh sing *pretty*

xích sik *chain*

xích xe đạp sik sa đaap *bike chain*

xí ngầu súc sắc seé ngòh súp sùhk *dice* n

xì ke seé ğa *drug user*

xoa bóp swaa bóp *massage* n

xoi lở đất soy lẻr đuht *erosion (soil)*

xốt cà chua sáwt ğaà joo.uh
    kétchup.tomato sauce

xu soo *cent*

xuất sắc swúht súhk *excellent*

xung quanh sum ğwaang *round* a

xuống soo.ủhng *down.get off (a train, etc)*

xuống dốc soo.uhng záwp *downhill*

xương suhr.erng *bone*

xương muối suhr.erng moo.eé *frost*

xươn sườn suhr.ern suhr.èrn *rib*

xưởng vẽ súhr.erng vã *studio (art)*

Y

yên lặng ee.uhn lụhng *quiet*

yêu ee.oo *love* v

yếu ee.oó *weak*

y học ee họp *medicine (profession)*

y sĩ chữa bệnh đau cột sống
    ee seẽ jũhr.uh bẹng đoh ğạwt sáwm
    chiropractor

y tá ee daá *nurse* n

ý kiến eé ğee.úhn *opionion*

ý tưởng Công Phu Tử eé dủhr.erng
    ğawm foo dủhr *Confucianism*

INDEX

number of topics covered in this book are listed below in Vietnamese. Show this
ge to a Vietnamese speaker if you're having trouble understanding them.

What kind of traveller are you?

A. You're eating chicken for dinner again beacause it's the only word you know.

B. When no one understands what you say, you step closer and shout louder.

C. When the barman doesn't understand your order, you point frantically at the beer.

D. You're surrounded by locals, swapping jokes, email addresses and experiences - other travellers want to borrow your phrasebook.

If you answered A, B or C, you NEED Lonely Planet's phrasebooks.

- **Talk to everyone everywhere**
  Over 120 languages, more than any other publisher

- **The right words at the right time**
  Quick-reference colour sections, two-way dictionary, easy pronunciation, every possible subject

- **Lonely Planet Fast Talk** - essential language for short trips and weekends away

- **Lonely Planet Phrasebooks** - for every phrase you need in every language you want

'Best for curious and independent travellers' - Wall Street Journal

Lonely Planet Offices

Australia
90 Maribyrnong St, Footscray,
Victoria 3011
☎ 03 8379 8000
fax 03 8379 8111
✉ talk2us@lonelyplanet.com.au

UK
72-82 Rosebery Ave,
London EC1R 4RW
☎ 020 7841 9000
fax 020 7841 9001
✉ go@lonelyplanet.co.uk

USA
150 Linden St, Oakland,
CA 94607
☎ 510 893 8555
fax 510 893 8572
✉ info@lonelyplanet.com

www. lonelyplanet.com